சங்ககாலத் தமிழர் உணவு
பண்டைய அடிசல் முறைகள்

சங்ககாலத் தமிழர் உணவு
பண்டைய அடிசல் முறைகள்

பக்தவத்சல பாரதி (பி. 1957)

நாற்பது ஆண்டுகளாக மானிடவியல் புலத்தில் பங்காற்றிவருபவர். இதுவரை 19 நூல்களை எழுதியும் 11 நூல்களைப் பதிப்பித்தும் மொழிபெயர்த்தும் உள்ளார்.

பாரதியின் 'பண்பாட்டு மானிடவியல்' தமிழ் மானிடவியலின் விவிலியம். 'தமிழர் மானிடவியல்', 'திராவிட மானிடவியல்', 'இன்றைய தமிழ்ச் சமூகம்', 'பண்டைத் தமிழ்ப்பண்பாடு' ஆகியநூல்கள் தமிழ்ச் சமூகத்தின் இருத்தலைப் பேசுபவை. 'தமிழகப் பழங்குடிகள்', 'தமிழகத்தில் நாடோடிகள்', 'மலைவாசம்', 'வரலாற்று மானிடவியல்' ஆகியவை விளிம்புநிலை, பின்காலனியம் சார்ந்தவை. 'தமிழர் உணவு', 'சாதியற்ற தமிழர் – சாதியத் தமிழர்', 'பண்பாட்டு உரையாடல்' ஆகிய நூல்கள் தமிழ்ச் சூழலில் புதிய விவாதங்களைப் பேசுபொருளாக்கியுள்ளன.

'இலங்கையில் சிங்களவர்' எனும் பாரதியின் மிக முக்கியமான நூல் சிங்கள மரபு தமிழ் மரபிலிருந்து கிளைத்துப் பிரிந்த உருவ நீட்சி என்பதை நிறுவியுள்ளது. 'இலங்கை–இந்திய மானிடவியல்' இந்தப் புலத்தில் மேற்கொள்ளப்பட்ட முதல் ஒப்பியல் ஆய்வாகும். 'இலக்கிய மானிடவியல்', 'பாணர் இனவரைவியல்', 'சங்க காலத் தமிழர் உணவு', 'கி.ரா.வின் கரிசல் பயணம்' ஆகிய நூல்கள் தமிழிலக்கியப் பரப்பில் மானிடவியல் சொல்லாடலை முன்வைக்கின்றன. 'சோழமண்டல மீனவர்', 'நரிக்குறவர்' பற்றிய பாரதியின் இரண்டு ஆங்கில நூல்கள் மேற்குலக அறிஞர்களின் கவனத்தைப் பெற்றுள்ளன. இவருடைய பங்களிப்பிற்காக இதுவரை பதின்மூன்று விருதுகள் வழங்கப்பட்டுள்ளன.

ஆசிரியரின் பிற நூல்கள்

- பண்பாட்டு மானிடவியல் (1990)
- பெண்ணிய ஆய்வுகள் (பதிப்பாசிரியர் – 1998)
- *Coromandel Fishermen* (1999)
- தமிழர் மானிடவியல் (2002)
- தமிழகத்தில் நாடோடிகள் (பதிப்பாசிரியர் – 2003)
- இலங்கை இந்திய மானிடவியல் (இணையாசிரியர் – 2004)
- மானிடவியல் கோட்பாடுகள் (2005)
- சமூக–பண்பாட்டு மானிடவியல் (மொழிபெயர்ப்பு – 2005)
- தமிழகப் பழங்குடிகள் (2008)
- *Vagri Material Culture* (2009)
- பண்டைத் தமிழர் சமய மரபுகள் (பதிப்பாசிரியர் – 2010)
- தமிழர் உணவு (பதிப்பாசிரியர் – 2011)
- பாணர் இனவரைவியல் (2012)
- பிற்சங்ககாலச் சமய விழாக்கள் (2012)
- வரலாற்று மானிடவியல் (2013)
- இன்றைய தமிழ்ச் சமூகம் (2013)
- இலக்கிய மானிடவியல் (2014)
- திராவிட மானிடவியல் (2014)
- இலங்கையில் சிங்களவர் (2016)
- பண்பாட்டு உரையாடல் (2017)
- பொதினி (இணைப்பதிப்பாசிரியர் – 2017)
- சாதியற்ற தமிழர் – சாதியத் தமிழர் (2018)
- கி.ரா.வின் கரிசல் பயணம் (2019)
- மலைவாசம் (இணையாசிரியர் – 2019)
- பண்டைத் தமிழ்ப் பண்பாடு (2020)
- தமிழர் பண்பாட்டு வரலாறு இனவரலாறு (2020)
- தமிழக வரலாற்றில் ஊரும் சேரியும் (2021)

பக்தவத்சல பாரதி

சங்ககாலத் தமிழர் உணவு
பண்டைய அடிசல் முறைகள்

காலச்சுவடு பதிப்பகம்

அன்பார்ந்த வாசகருக்கு,

வணக்கம்.

காலச்சுவடு நூலை வாங்கியமைக்கு நன்றி.

நூலின் உள்ளடக்கம், உருவாக்கம், அட்டைப்படம் இன்ன பிற அம்சங்கள் பற்றிய உங்கள் கருத்துகளையும் ஆலோசனைகளையும் காலச்சுவடு வரவேற்கிறது. தகவல், எழுத்து, வாக்கியப் பிழைகள் தென்பட்டால் கட்டாயம் தெரிவித்து உதவுங்கள். நூல் தயாரிப்பில் கடும் குறைபாடு இருப்பின் மாற்றுப் பிரதி உங்களுக்குக் கிடைக்கக் காலச்சுவடு ஏற்பாடு செய்யும்.

மின்னஞ்சல்: publisher@kalachuvadu.com

காலச்சுவடு நாகர்கோவில் தலைமையகத்துக்கும் கடிதம் அனுப்பலாம்.

தங்கள்
எஸ்.ஆர். சுந்தரம் (கண்ணன்)
பதிப்பாளர் – நிர்வாக இயக்குநர்

சங்க காலத் தமிழர் உணவு: பண்டைய அடிசல் முறைகள் ❖ கட்டுரைகள் ❖ ஆசிரியர்: பக்தவத்சல பாரதி ❖ © எஸ். பக்தவத்சல பாரதி ❖ முதல் பதிப்பு: நவம்பர் 2021, இரண்டாம் பதிப்பு: மே 2023 ❖ வெளியீடு: காலச்சுவடு பப்ளிகேஷன்ஸ் (பி) லிட்., 669, கே.பி. சாலை, நாகர்கோவில் 629001

cankakaalat tamizar uNavu: pandaya adisal muraikal ❖ Essays ❖ Author: S. Bhakthavatsala Bharathi ❖ © S.Bhakthavatsala Bharathi ❖ Language: Tamil ❖ First Edition: November 2021, Second Edition: May 2023 ❖ Size: Demy 1 x 8 ❖ Paper: 18.6 kg Maplitho ❖ Pages: 168

Published by Kalachuvadu Publications Pvt. Ltd., 669, K.P. Road, Nagercoil 629001, India ❖ Phone: 91-4652-278525 ❖ e-mail: publications @kalachuvadu.com ❖ Printed at Clicto Print, Jaleel Towers, 42 KB Dasan Road, Teynampet Chennai 600018

ISBN: 978-93-91093-21-1

05/2023/S.No.1009, kcp 4425, 18.6 (2) uss

தொடக்கக் காலத்தில்
தமிழில் மானிடவியல் எழுதுவதற்கு
என்னை ஆற்றுப்படுத்திய
இனிய நண்பர்
பழங்குடி மக்கள் ஆய்வு மைய மேனாள் இயக்குநர்
முனைவர் சி. மகேஸ்வரன்
அவர்களுக்கு

பொருளடக்கம்

நெஞ்சின் அலைகள் — 11
முன்னுரை — 15
1. மலை சார்ந்த உணவாதாரம் — 33
2. காடு சார்ந்த உணவாதாரம் — 54
3 கடல் சார்ந்த உணவாதாரம் — 66
4. நீர்ப்படுகை சார்ந்த உணவாதாரம் — 81
5. பாலை நிலம் சார்ந்த உணவாதாரம் — 97
6. பாணர்கள் உணவாதாரம் — 106
7. மது வகைகள் — 121
8. உண்கலன்கள் — 136
பின்னுரை — 145
பின்னிணைப்பு — 157
நெறித்துணை நூல்கள் — 160
கலைச்சொற்கள் — 164

நெஞ்சின் அலைகள்

தமிழர் உணவு, அவர்களின் பண்பாட்டைப் போலவே, கட்டமைந்த அறிவு முறையால் ஆனது. பிரெஞ்சு மானிடவியல் அறிஞர் லூயி துய்மோன் (Louis Dumont) தமிழ்ப் பண்பாட்டின் தன்மையை 'இனம் சார்ந்த கட்டமைப்பு' என்று விதந்து பேசுகிறார். இப்பண்பாட்டின் அனைத்து ஒழுங்குமுறைகளும் மிக உயர்ந்த அளவையியல் தர்க்கத்துடன் கட்டமைந்து உருவாக்கப் பெற்றுள்ளன என்பதையே அவர் குறிப்பிட விரும்புகிறார்.

இந்த அமைப்பொழுங்குச் சிந்தனைக்குத் தொல்காப்பியமே மிகச்சிறந்த சான்று. எழுத்து, சொல், பொருள் ஆகிய மூன்றையும் இணைத்துக் கட்டமைத்த இலக்கணமே தொல்காப்பியம். இலக்கணத்தையும் வாழ்வியலையும் இணைக்கும் முதல் இலக்கண நூல் இதுவாகும். உலகில் வேறெங்கும் தோன்றாத இந்தக் கட்டொழுங்கு தமிழ் அறிவு மரபிலும், வாழ்வியல் முறையிலும் நீண்ட நெடிய அறுபடாத மரபாகத் தொடர்ச்சி பெற்றுள்ளது.

தமிழர் உணவு முறையிலும் இந்தத் தொடர்ச்சியைக் காணலாம். சங்ககாலம் முதற்கொண்டு இதனை இனங்காணலாம். தமிழ்ப் பண்பாட்டில் உணவு பெறும் வகிபாகம் பெரிதும் கவனம் பெறாத களமாக இருந்துவருகிறது. இந்தக் குறுநூல் பண்டைத் தமிழரின் அடிசில் முறையைப் பேசுகிறது; உணவு வகைகளை ஆராய்கிறது.

நான் தமிழ் இலக்கியம் படித்தவனல்லன். பி.எஸ்சி. விலங்கியலும், எம்.ஏ. மானிடவியலும், பிஎச்.டி. மானிடவியலும் முடித்தவன். இக்காலச் சூழலில் 1982ஆம் ஆண்டில் தமிழில் மானிடவியல் எழுதும் ஆர்வத்தைத் தூண்டியவர் எனது இனிய நண்பர் முனைவர் சி. மகேஸ்வரன் (மேனாள் இயக்குநர், பழங்குடி மக்கள் ஆய்வு மையம், உதகமண்டலம்).

இந்நூலின் தட்டச்சுப் படியை முழுமையாக வாசித்துக் கருத்துரைத்தவர் பேராசிரியர் அ.கா. பெருமாள் அவர்கள். பிரதி முழுவதிலும் சங்க இலக்கியப் பாடல்கள் தூக்கலாக இருக்கின்றன என்றும் அவற்றைக் குறைக்கலாம் என்றும் பரிந்துரைத்தார். நூலின் போக்கு பற்றியும் விரிவாகப் பேசினார். எனது எழுத்துக்களைத் தொடர்ந்து ஊக்கப்படுத்திவரும் அவருக்கு எனது இதயம் கனிந்த நன்றிகள்.

இந்நூலின் எழுத்துப் பிரதியைப் படித்து விவாதித்தவர் என் இனிய நண்பர் பேராசிரியர் சிலம்பு நா. செல்வராசு. சங்க இலக்கியம், தொல்காப்பியம், சிலப்பதிகாரம், சிற்றிலக்கியம் ஆகிய துறைகளில் மிகுந்த புலமை மிக்கவர். அவருக்கு நன்றி தெரிவிப்பதை அவர் என்றும் ஏற்றுக்கொள்வதில்லை.

இந்நூலின் மெய்ப்பினைக் கருத்தூன்றி வாசித்து உதவியவர் இரா. மணிகண்டன். சங்க இலக்கியங்களிலிருந்து காட்டப்பட்டுள்ள மேற்கோள் பாடல் வரிகளை ஒப்பிட்டுச் சரிபார்த்தார். அவருக்கு என்னுடைய மனமார்ந்த நன்றிகள்.

இந்நூலினைக் காலச்சுவடு பதிப்பகம் வழி நூலாக்கம் செய்துள்ள காலச்சுவடு பதிப்பக நண்பர்களுக்கும் நன்றி பாராட்டி மகிழ்கிறேன்.

பாங்கொளத்தூர்   **பக்தவத்சல பாரதி**
30-07-2021

சங்ககாலத் தமிழர் உணவு
பண்டைய அடிசல் முறைகள்

முன்னுரை

முன்னியம்பல்

உணவு என்பது உடலுக்கு ஆற்றல் தருவது மட்டுமல்ல; அது சமூகத்தின் அறிவுமுறை; சமூகத்தின் தகவமைப்பு முறையாகவும் அது வெளிப்படுகிறது. தமக்குக் கிடைத்துள்ள சுற்றுச்சூழலை அனுசரித்து வாழும் தன்மையே தகவமைப்பு முறை.

மானுட வாழ்வை நிர்ணயிப்பது சமூகத்தின் பொருளாதார முறையே என்று மார்க்சிய மானிடவியலாளர்கள் விவாதித்து வந்தனர். இந்த நிலைப்பாடு 'பொருளாதார நிர்ணயவாதம்' எனப்பட்டது.

பொருளாதாரத்தைத் தாண்டிச் சிந்தித்த ஒரு குழுவினர் இருந்தனர். அவர்கள் மானுட வாழ்வைச் சுற்றுச்சூழலே நிர்ணயம் செய்கிறது என்றனர். பண்பாட்டுச் சூழலியல் மானிடவியலாளர்கள் விவாதித்த இந்த நிலைப்பாடு 'சூழல் நிர்ணயவாதம்' எனப்பட்டது.

மேற்கூறிய இந்த இரண்டு நிர்ணயவாதங் களையும் கடந்து மானுட அறிவுத்திறனால் எந்தச் சூழலிலும் வாழ இயலும் என்ற நவீன நிலையை இன்னொரு குழுவினர் விவாதிக்கத் தொடங்கினர். இந்த நிலைப்பாடு 'மானுட வாய்ப்புவாதம்' எனப்பட்டது.

இன்று மானுட வாழ்வு இயற்கையிலிருந்து மெல்ல மெல்ல நகர்ந்து, இயற்கை சாராத தளத்தில் பன்முகம் பெற்று வருவதை மானுட வாய்ப்புவாதத்தினர் பேசுகின்றனர். இந்த நிலையை அடைவதற்கு மனிதகுலம் நீண்ட படிமலர்ச்சிக் காலத்தை எடுத்துக்கொண்டதை அவர்கள் விவாதித்து வருகின்றனர்.

தமிழர் வாழ்வியல் குறிஞ்சி, முல்லை, நெய்தல், மருதம், பாலை என ஐந்திணைகளில் விரிந்து வந்தது. காலகதியில் அது நீர்ப் பாசன வேளாண் நாகரிகமாகப் புதிய உச்சத்தைத் தொட்டது. பின்னர்த் தொழில்நுட்பம் மையமிட்ட நாகரிக மாகவும் அது தன்னை உருமாற்றிக்கொண்டுள்ளது. இந்த அசைவியக்கமானது நீண்ட நெடிய படிமலர்ச்சி சார்ந்தது. இந்தப் படிமலர்ச்சியில் உற்பத்தி முறைகளும், மறுஉற்பத்தி உறவுகளும் தொடர்ந்து மாறி வந்தன. இவற்றினூடாகப் பண்டைத் தமிழரின் உணவு முறையைக் காணவேண்டும் (பக்தவத்சல பாரதி 2019).

தமிழர் உணவின் நுட்பமான வரலாற்றைச் சங்ககாலம் (கி.மு. 590 – கி.பி. 100) முதல் அறிய முடிகிறது. ஒவ்வொரு திணையிலும் உள்ள தாவரங்கள், விலங்குகள் உணவு முறையில் நேரடியாகவும் மறைமுகமாகவும் பங்கு பெறுகின்றன. உவமை, உருவகம், வருணனை, குறியீடு, உள்ளுறை உவமம், பெயரடை என இலக்கிய முறையியலுடன் இவற்றின் பெறுமதியை இனங்காணலாம் (சிவசுப்பிரமணியன், ஆ. 2019: 16). மேலும், திணைசார் உயிரினங்கள் உணவு தொடர்பான வழக்காறுகளையும் கொண்டுள்ளன. நமது சமூகத்தின் கடந்த காலம் குறித்த சில உண்மைகளை உயிரின வழக்காறுகளின் துணையால் நம்மால் அறிய முடியும் என்கிறார் ஆ. சிவசுப்பிரமணியன் (மேலது: 20). இதனை இந்நூல் நெடுகக் காணலாம். குறிஞ்சியில் தோன்றிய புன்புல விவசாயம் முல்லை ஊடாகமருதம்வரை சென்றுநீர்ப்பாசன விவசாயமாகச் செழித்தது. ஒரு திணையில் தோன்றிய தகவமைப்பு மற்ற திணைகளுக்கும் சென்று மறையாமல் தன்னைத் தக்க வைத்துக் கொண்டது.

உணவு வழிச் சிந்தனை
படிமலர்ச்சியியல்

மானுட வாழ்வு தொடர் ஓட்டம் போன்றது. இதில் நிகழ்காலத்தைக் கடந்த காலத்தின் விளைபொருளாகவும், வருங்காலத்தின் நாற்றங்காலாகவும் காணவேண்டும் என்பது படிமலர்ச்சியாளர்களின் கருத்தாகும். 'தொடர்ச்சியான மாற்றம்' என்பது படிமலர்ச்சி சார்ந்தது. மனிதகுலம் தன் வாழ்வுக்குத் தேவையான தகவமைப்புகளை உருவாக்கிக் கொண்டு தொடர்ச்சியான சீரான மெதுவான மாற்றங்களை ஏற்படுத்திக் கொண்டு தன்னை நிலைநிறுத்திக் கொள்கின்றது.

வாழ்வியலின் ஒரு பகுதியான உணவு முறையும் இதிலடங்கும். பண்பாடென்பது மனிதர்களால் உற்பத்தி செய்யப்பட்டு அது மெதுவான மாற்றத்திற்கு ஆளாகிறது. வாழ்க்கைப் போராட்டத்தில் தகவமையும் உயிரினங்களே பிழைக்க முடியும் என்கிறது படிமலர்ச்சிவாதம். பண்பாட்டின் ஒரு பகுதியாக விளங்கும் உணவும் உணவு முறையும் இதற்கு விதிவிலக்கல்ல.

புராதனப் பண்பாடுகளில் காணப்பட்ட சமூக அமைப்பிலிருந்து உணவு வேறொன்றாகப் பரிணமிக்கவில்லை. மாறாகக், கூட்டுணர்வு, குழு உழைப்பு, பகிர்ந்துண்ணல் முதலானவற்றைப் பேணுகின்ற இனக்குழுத் தன்மையே மேலோங்கி இருந்தது. இனக்குழுவினர் அன்றாடப் பிழைப்புக்கு மட்டுமே உணவாதாரத்தை ஈட்டினார்கள். இதிலிருந்தே பின்னாளைய உணவு முறைகள் படிப்படியாக மாற்றம் பெற்றன. படிமலர்ச்சியியல் ஆய்வுகள் மூலம் இதனை நன்கறியலாம்.

பொதுநலம் பேணும் பண்பு

மனிதகுல வரலாற்றில் இயற்கையில் மக்கள் கண்டடைந்த பொதுநலம் பேணும் பண்பு அவர்களின் வாழ்வாதாரத்தை வலுப்படுத்துகிறது. இரத்தம் உறிஞ்சும் வௌவால்கள் இதற்கு நல்ல சான்றாகும். கூட்டமாக வாழும் இவை மாட்டின் இரத்தத்தை உறிஞ்சி உயிர் வாழும். ஒவ்வொரு வௌவாலும் உயிர்வாழ மூன்று நாட்களுக்கு ஒரு முறையாவது இரத்தம் குடிக்க வேண்டும். மாடுகள் வாலினால் இவற்றை விரட்டும்போது இரத்தம் குடிக்க முடியாமல் போகும். இந்நிலையில் வயிறு நிறைந்த வௌவால்கள் தாம் அருந்தியதில் ஒரு பகுதியை மீண்டும் வாய்க்குக் கொண்டு வந்து மற்ற வௌவால்களுக்குத் தருகின்றன.

கொண்டு கொடுக்கும் இந்தப் பொதுநலப் பண்பு படிமலர்ச்சியில் ஒரு நிரந்தர உபாயமாக மனித சமூகத்தில் தங்கிவிட்டது. வேட்டையாடி உணவு சேகரிப்பாரிடையே இறைச்சியைப் பகிர்ந்து கொள்ளுதலில் இப்பண்பைக் காணலாம். தாவர உணவுகளைச் சேகரிப்பவர்கள் தத்தம் சேகரிப்பைத் தாங்கள் மட்டுமே பயன்படுத்த, பெரிய விலங்குகளை வேட்டையாடும் போது அக்குழுவைச் சேர்ந்த அனைவரும் பகிர்ந்து கொள்வார்கள். இன்னும் வேறு சில சூழல்களில் வேறு சில உபாயங்கள் தோன்றி வளர்ந்தன. உணவுப் பொருட்கள் சேமிப்பு, மீன் உணக்கல், உப்புக்கண்டம் தயாரித்தல் முதலானவை சங்ககாலத்தில் ஏற்பட்ட இன்ன பிற உத்திகளில் சிலவாகும். வடதுருவப் பகுதிகளில் வாழும் தொல்குடியினர் ஆண்டில் ஒரு குறிப்பிட்ட காலத்தில் கிடைக்கும் இறைச்சியை ஆண்டு முழுவதற்கும் உண்ணப் பயன்படுத்துவார்கள்.

இருத்தலியம்

மானுட இருத்தலியம் என்பது கூட்டாகச் சேர்ந்து வாழக்கூடிய அவனது இயல்பிலிருந்து பெற்றுக்கொள்கிறது. மனிதர்கள் கூடிவாழ்வதற்கு மிகவும் அடிப்படையாக இருப்பது எதுவென்றால் அவர்கள் ஏற்றுக்கொண்ட கட்டுப்பாடான 'சமூக ஒழுகலாறு' ஆகும். இந்தச் சமூக ஒழுகலாற்றில் உணவும் உணவு முறையும் முக்கிய அங்கம் வகிக்கிறது. குழு வாழ்க்கை, கூட்டாக உழைத்தல், பாதீடு, பண்டமாற்றம், கூட்டுண்ணல், விருந்துண்ணல், பரிமாற்றம், கைம்மாத்து (தற்காலிகப் பரிவர்த்தனை) என இன்னும் சில ஒழுகலாறுகள் மானுட வாழ்வை நெறிப்படுத்துகின்றன.

ஒரு சமூகத்தின் நடைமுறையை, ஒழுகலாற்றின் பொதுப் பண்பை அதன் இருத்தலியம் காட்டுகிறது. சமூக வாழ்வின் அனுபவத்தின் அடிப்படையில் இந்த இருத்தலியத்தைக் காண இயலும். ஒரு சமூகத்தின் பண்பாட்டை வரையறை செய்வதென்பதும் இருத்தலியச் செயல்கள் ஆகும். 'நாளாந்த வாழ்க்கை முறை'யிலிருந்து பண்பாடு பற்றிய இருத்தலியத்தை அறிவது சாலச் சிறந்தது, எளிமையானது.

இயல் நிகழ்வுவாதம்

இயல்பாய் நிகழ்வதன் ஊடாக அறிதலே இயல் நிகழ்வுவாதம் எனலாம். அன்றாட வாழ்க்கையின் அர்த்தத்தைச் சமூக அறிவியல் கண்கொண்டு அறிவதே இயல் நிகழ்வுவாதத்தின் அடிப்படையாகும். சமூகம் பற்றிய அல்லது பண்பாடு பற்றிய அறிவியல் அறிவைப் பெறுவதற்கு இயல் நிகழ்வுவாதம் ஒரு தொடக்கப்புள்ளி என்று கருதலாம்.

நாளாந்த வாழ்வு முறையை நுணுகி ஊடறுத்துப் பார்க்கவல்ல ஒரு முறையியலை இந்த அணுகுமுறை நமக்கு வழிகாட்டுகிறது. பண்பாட்டின் குறியியல் அலகுகளாக விளங்கும் உணவையும் உணவு முறையையும் இயல்நிகழ்வுவாதத்தின் ஊடாக நன்கறிய முடியும்.

பண்பாடென்பது உள்ளார்ந்தது அல்ல; இயற்கையிலிருந்து பெறப்பட்டதுமல்ல. அது உருவாதலும், மீள் உருவாதலுமாகிய ஒரு தொடர் நிகழ்வாகும். மனிதர்கள் தங்கள் தேவை கருதி இயற்கைச் சூழலிலிருந்து தங்களுக்கான பண்பாட்டை உருவாக்கிக் கொண்டார்கள். உயிரியல் ரீதியாக எவையெல்லாம் தமக்குக் கிடைக்கவில்லையோ அவற்றை முயன்று பெற்றுக் கொள்ள நிர்ப்பந்திக்கப்பட்டார்கள். உயிரியல் தேவைகளை உயிரியல் சாரா வழிமுறைகளின் மூலம் அடைய முயன்றார்கள். உணவும் மொழியும் இருப்பிட வசதியும் இந்தச் செயல்பாடுகளுக்கு நல்ல

உதாரணங்களாகும். இவற்றை மானிடவாதம், புலனறிவாதம் மூலம் தெளிவாக அறியலாம். மானிட இயல்புகளை மானிடவாதமும், உலகியலான மனித அனுபவங்களைப் புலனறிவாதமும் முன்னிலைப்படுத்துகின்றன. (விரிவுக்குக் காண்க: *மானிடவியல் கோட்பாடுகள்*, பக்தவத்சல பாரதி, 2011).

பின்நவீன நிலை

பின்நவீன நிலை என்பதை 'நுகர்வின் காலம்' எனலாம். நுகர்வு முறையை நவீன சமூக உறவின் நுண் வடிவமாக விளங்கிக் கொள்ள வேண்டியுள்ளது. இன்றைய நவீன காலச் சமூகத்தில் 'தனி நபர் நிலை', 'தனி நபர் வாதம்' மேலோங்கிவிட்ட தன்மை காணப்படுகிறது. தனி நபர்கள் பொருட்களை வாங்குவதையும் பயன்படுத்துவதையும் பண்டங்களின் பௌதிகப் பண்புகளோடு இணைத்தறியலாம். இன்றைய நுகர்வுக் கலாச்சார உலகில் 'பகுத்தறிவுள்ள நுகர்வோன்' என்ற கருத்தாக்கம் இதுவரையிலான சமூக வாழ்வில் நாம் காணாத ஒன்றாகும். 'பயன்படுத்து, எறிந்துவிடு' என்பதும் நாமறியாத ஒன்று. பண்டங்கள் பண்பாட்டில் வகிக்கும் வகிபாகம் பற்றிப் புதிய அவதானிப்பு தேவைப்படுகிறது.

நவீனத்துவம் சமூகத்தைப் புடம் போட்டு மாற்றியுள்ளது. சமூக மாற்றம் பழமையை நிராகரித்து வருகிறது. இக்கால நுகர்வுக் கலாச்சாரத்தில் காணப்படும் பிரச்சினையின் பெரும்பகுதி அதனைத் தனிநபர் வாதமாகக் கருதி வாளா நிற்பதுதான். சங்ககாலம் தொடங்கி மனிதகுல வரலாற்றில் எந்தெந்தக் காலகட்டங்களில் என்னென்ன மாற்றங்கள் ஏற்பட்டன என்பதை இங்கு நாம் கருத்தூன்றி ஆராய வேண்டும். சங்க காலத்திலும்கூட நகர்மயமாதல், வெகுசனமயமாதல், தொழில்நுட்பமயமாதல், நவீனமயமாதல் முதலானவை வேர்விட்டிருந்தன. இவற்றின் தொடர்ச்சியையும் இன்றைய நிலையினையும் இணைத்தறிய வேண்டும்.

குறியீட்டியம், இடைவினையம், செயற்பாட்டியம் முதலான இன்னும் சில அணுகுமுறைகளின் வழியும் உணவு பற்றி அறியலாம்.

அமைப்பியம்

சிந்தனையின் ஊடகம் மொழி மட்டுமன்று; மொழியைத் தாண்டிப் பல தளங்கள் உள்ளன. அவற்றில் உணவும் ஒன்று. உணவு உண்பதற்கு மட்டுமல்ல, சிந்தனைக்கும் உரியது. அமைப்பியம் சில புதிய விளக்கங்களைக் காட்டுகிறது.

பண்பாட்டின் எந்த ஒரு ஒழுங்கிலும் தர்க்கச் சிந்தனை எதிரிணைகளாக வெளிப்படுகின்றது. கிழக்கு / மேற்கு, வடபுலம் / தென்புலம், நெடுக்கு / குறுக்கு, பெருக்கல் / வகுத்தல், நீர் / நெருப்பு,

சக்தி / சிவன், ஆண் / பெண், வலம் / இடம், உயரம் / தாழ்வு எனக் கணக்கற்ற எதிரிணைகள் மனித மனத்தின் சிந்தனையாக்கத்தில் உருப்பெறுகின்றன. இதனூடாகவே சிந்தனை, செயல்பாடு, எண்ணம், உணர்வு, அழகியல் என அனைத்தும் வடிவம் பெறுகின்றன (லெவிஸ்ட்ராஸ், குளோத் 1963).

உணவு முறையிலும் இத்தகைய எதிரிணைக் கருத்தினங்கள் பழக்கத்தில் உள்ளன. சமைக்காத உணவு / சமைத்த உணவு, சூடு உண்டாக்கும் உணவு / குளிர்ச்சி தரும் உணவு, இனிப்பு / காரம், திட உணவு / திரவ உணவு, இயல்பு உணவு / மீவியல் உணவு, சைவம் / அசைவம், பால் பூசை / பலி பூசை, சுடுதல் / வேகவைத்தல், மண்ணுக்கடியில் / மண்ணுக்கு மேல், விலக்கு உணவு / விலக்கற்ற உணவு, இயல்பு உணவு / விருந்துணவு, பழையது / சூடானது, நீராகாரம் / திட ஆகாரம், சுத்தம் / அசுத்தம், மிருதுவானது / கடினமானது, காய் / பழம், புளித்தது / புளிக்காதது, பச்சையானது / உலர்ந்தது, ஊறுகாய் / பசுங்காய், வறுவல் / பொறியல், குழம்பு / சாம்பார், இனிப்பு / கசப்பு, உப்பு / காரம், துவர்ப்பு / உவர்ப்பு, பிஞ்சு / முற்றியது, காய் / பழம் எனத் தொடரும் கருத்தாக்கங்கள் எதிரிணை சார்ந்தவை. இவை உணவு முறையில் ஆதிக்கம் செலுத்துகின்றன (மேலது: 1963).

மானுட சிந்தனை முறையில் எதிரிணைக் கருத்தாக்கங்கள் பல்கிப் பெருகியிருந்தாலும் அவை முழுமை சார்ந்த அசைவியக்கத்தில் முக்கோணப் புள்ளியில் இயங்குகின்றன. அந்த மூன்று புள்ளிகள்: 'பொருள்', 'எதிர்ப்பொருள்', 'கூட்டுப் பொருள்'. இந்த மூன்று தர்க்கக் கூறுகளும் முக்கோண இயங்கியலில் அடிநாதமாக இயங்கி வருகின்றன.

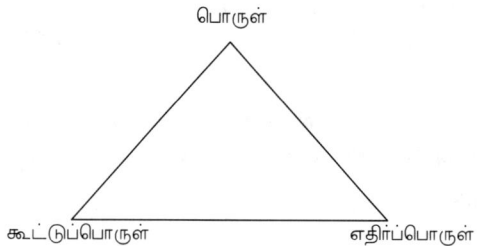

முக்கோண இயங்கியல் தர்க்கம்

பிரெஞ்சு மானிடவியலர் குளோத் லெவிஸ்ட்ராஸ் அமைப்பியத்தின் முன்னோடிகளில் ஒருவர். இவர் உணவு முறையில் செயல்படும் எதிரிணைகளைக் கண்டறிந்து, அதன் பின்னர் உணவு முக்கோணங்களை இனங்கண்டார். ஒவ்வொரு

சமூகத்தின் உணவாதார முறையிலும், இந்த உணவியல் முக்கோணங்கள் மூன்று தர்க்கக் கூறுகளின் உறவில் இயங்குகின்றன எனச் *சமைக்காததும் சமைத்ததும் (The raw and the cooked, 1969)* நூலில் ஆராய்ந்துள்ளார். இக்கோட்பாட்டியல் சிந்தனையின் அடிப்படையில் குறிஞ்சி, முல்லை, நெய்தல், மருதம், பாலை ஆகிய ஐந்து திணைகளின் உணவியல் முக்கோணங்களைக் காண்போம்.

1. குறிஞ்சி

சங்க காலத்தில் குறிஞ்சியின் வாழ்வாதாரம் வேட்டையாடி உணவு சேகரித்தல். கூடவே, குறிஞ்சியில் கானக் குறவர்களும் குன்றக் குறவர்களும் வன்புல விவசாயத்தைத் தொடங்கி விட்டதையும் காண்கிறோம். இந்நிலையில் குறிஞ்சியின் உணவு முக்கோணம் பின்வரும் இயங்கியலைக் காட்டுகிறது.

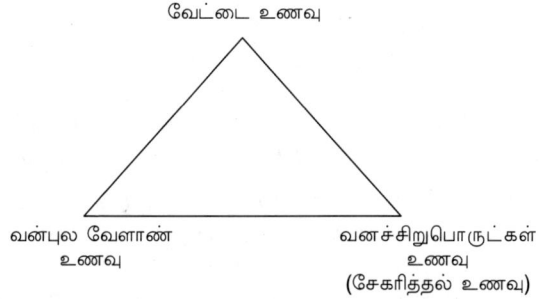

பாதீட்டின் தோற்றம்

ஆண்கள் குழுவாக மேற்கொண்ட வேட்டையின் மூலம் விலங்கின உணவு கிடைத்தது. பெண்கள் சேகரித்த வனச்சிறு பொருட்கள் மூலம் தாவரவின உணவு கிடைத்தது. இவ்விரு வகையான உணவாதாரங்களுடன் வன்புல வேளாண்மை மூலம் விளைவிக்கப்பட்ட தினை, வரகு, ஐவன நெல், அவரை, எள், வெண்சிறு கடுகு, இஞ்சி, வாழை முதலான பயிர்களும் உணவாதாரத்தை விரிவாக்கின. பண்டைத் தமிழகத்தில் கி.மு. 8000 முதல் கி.மு. 5000 ஆண்டுகளுக்குட்பட்ட புதிய கற்காலத்தில் ஆரம்பகால விவசாயம் ஏற்பட்டது (செல்வகுமார், வி. 2000).

ஆக, சங்ககாலத்தில் பண்டைத் தமிழர்கள் 'வேட்டை', 'சேகரித்தல்', 'வன்புல வேளாண்மை' ஆகிய மூன்று வகையான உணவாதாரங்களை உருவாக்கிக் கொண்டார்கள். இந்தக் கலப்புப் பொருளாதாரம் சார்ந்த உணவாதாரம் தற்சார்பு நிலையை நோக்கி நகர்த்தியது. கூடவே, இயற்கையோடு இயைந்த உயிரினச் சூழலியலையும் அது சார்ந்திருந்தது.

இத்தகைய குறிஞ்சி நில வாழ்வில் 'பாதீடு' (பங்கிடுதல்) ஒரு தலையான பொருளியல் கூறாக விளங்கியது. வேட்டையில் கிடைத்த இறைச்சியையும் சேகரித்தல் மூலம் கிடைத்த காடுபடு பொருள்களையும் பங்கிட்டுக்கொண்டனர். இதனை,

.... கானவன்
வில்லின் தந்த வெண்கோட்டு ஏற்றைப்
புனைஇருங் கதுப்பின் மனையோள் கெண்டிக்
குடிமுறை பகுக்கும் நெடுமலை நாட! (நற். 336: 3-6)

எனும் நற்றிணைப் பாடலும்

கானவன் எய்த முளவுமான் கொழுங்குறை
தேம்கமழ் கதுப்பின் கொடிச்சி மகிழ்ந்துகொடு
காந்தளம் சிறுகுடிப் பகுக்கும் (நற். 85: 8-10)

எனும் நற்றிணைப் பாடலும் விளக்குகின்றன.

குறிஞ்சி நிலத்தில் தோன்றிய வேட்டையாடி உணவு சேகரித்தல் என்பது குழு வாழ்க்கை சார்ந்தது. இனக்குழுச் சமூகத்தில் ஆண்கள் குழுவாக வேட்டைக்குச் சென்றார்கள். வேட்டையானது பட்டா பட்டா பாக்கியம். உடனடியாகவும் கிடைக்கும், தாமதமாகவும் கிடைக்கும், கிடைக்காமலும் போகும்.

பெண்களும் குழுவாகச் சேர்ந்து காடுபடு பொருட்களையும் வனச்சிறு பொருட்களையும் சேகரித்தார்கள். பெண்கள் ஈடுபட்ட வனச்சிறு பொருள்கள் சேகரிப்பானது நிலையான உணவு ஆதாரத்தைக் கொடுத்தது. காட்டுக்குச் சென்றால் ஏதாவது சில உணவாதாரங்களுடன் குடியிருப்புக்குத் திரும்புவார்கள். குழுவினர் அனைவரும் கால்வழி, மணவழி உறவினர்கள். இந்த உறவுமுறை அடிப்படையிலேயே உணவாதாரம் ஈட்டப்பட்டது.

ஈட்டிய இறைச்சியையும், காய், கனி, இலை, தழை, பட்டை, மா, பலா, கொட்டை, தேன், கிழங்கு முதலான வனச்சிறு பொருள்களையும் கொடிச்சி (குடிப்பெண்டிர்) சிறுகுடியில் வாழும் பலருக்கும் பகுத்துக் கொடுத்தாள். குறிஞ்சி நில வாழ்வில் 'பாதீடு' ஒரு தலையான வாழ்வியல், பொருளியல் பண்பாக மேலோங்கி இருந்தது.

இத்தகைய வாழ்வு முறையில் மிகை பொருட்களோ உபரியோ சேமிப்போ வைத்துக் கொள்வதில்லை. அன்றாட உணவுக்கான ஆதாரங்களை ஒவ்வொரு நாளும் ஈட்டிக் கொள்வார்கள். அதனால்தான் வேட்டையாடி உணவு சேகரிக்கும் பொருளாதார முறையைப் 'பிழைப்பாதாரப் பொருளாதாரம்' என மானிடவியலாளர்கள் வகைப்படுத்துவார்கள்.

கூடவே, தோட்டப் பயிர்களையும் பயிரிட்டனர். வன்புல வேளாண்மையிலும் ஈடுபட்டனர். வீட்டு விலங்குகளையும்

வளர்க்கத் தொடங்கினர். இவற்றால் பண்டைத் தமிழரின் மலைசார்ந்த குறிஞ்சிப் பொருளாதாரம் 'கலப்புப் பொருளாதார'மாகப் பரிணமித்தது.

குறிஞ்சியில் ஏற்பட்ட இக்கலப்புப் பொருளாதாரம், முல்லை, மருதம், நெய்தல் என மற்ற திணைகளிலும் தொடர்ந்தது. இன்றுங்கூடப் பல்வேறு தரப்பு மக்களும் கலப்புப் பொருளாதாரத்தைச் சார்ந்திருக்கின்றனர். இதன் பிரதிபலிப்பை உணவுமுறையிலும் காணலாம். உணவுமுறை ஆதியிலிருந்தே கலப்பு ஆதாரத்தை அடிப்படையாக ஏற்றுக்கொண்டு வந்துள்ளது.

இத்தகைய இனக்குழு வாழ்வில் 'உறவுமுறை சார்ந்த உற்பத்தி' முறை காணப்பட்டது. உறவுமுறை சார்ந்த உழைப்பில் 'பாதீடு' அடிப்படையானது. ஈட்டிய உணவாதாரத்தைப் பொதுவில் அனைவரும் பங்கிட்டுக் கொண்டதே பாதீடு. இது ஆதி பொதுவுடைமை சார்ந்தது. சமூகச் சமத்துவம் இதன் ஆதார சுருதியாகும். இவற்றால்தான் இனக்குழுத் தன்மை முழுமை பெற்றது. பண்டைய குறிஞ்சி நில வாழ்வில் இந்த அனைத்துக் கூறுகளையும் காணமுடிகிறது.

குறிஞ்சியில் வேட்டையாடி உணவு சேகரித்தலே முதன்மையான வாழ்வாதாரம். வேட்டையாடி உணவு சேகரிக்கும் நிலைக்கு முன்னர் மனித சமூகத்தில் வேட்டையை மட்டும் நம்பி வாழ்ந்த ஒரு கட்டம் இருந்தது. அத்தகைய நிலை இடைக் கற்காலத்தோடு அற்றுப் போனது. அதன் பின்னர் உணவு தேடி அலையும் சமூகமாக உருவெடுத்தது. இத்தகு சமூகத்தார் சிறு கூட்டமாக உணவுப் பொருள்கள் தேடி அலைபவர்கள் (ரத்னாகர், ஷெரீன் 2004). இன்றுங்கூட ஆப்பிரிக்க கலகாரிப் பாலைவனத்தில் வாழும் குங் புஷ்மன் போன்ற மிகச் சில குடியினர் சிறு கூட்டங்களாகத் தொடர்ந்து இடம்விட்டு இடம்மாறி உணவு தேடுபவர்களாக உள்ளனர்.

இத்தகைய உணவு தேடி அலையும் நிலை சங்க காலத்தில் தமிழ் வேடர்களிடம் காணப்படவில்லை. கானவர், வேடர், குறவர், எயினர் அனைவருமே காட்டில் குடியிருப்புகளை ஏற்படுத்தி வாழ்ந்தமுறை பரவலான முறையாக இருந்துள்ளது. இவர்கள் தங்கள் குடியிருப்பிலிருந்து காட்டுப் பகுதிகளுக்குச் சென்று பல்வேறு பொருட்களைச் சேகரித்தனர். நிலையான குடியிருப்பு ஏதுமில்லாமல் உணவு தேடி அலையும் ஆதிநிலை இவர்களிடம் இல்லாவிட்டாலும் அடுத்த கட்டமான 'உணவு சேகரிக்கும் நிலை' இருந்துள்ளது (அகம். 177, 309, 331, பெரும். 89, 97).

குறிஞ்சித் திணை மக்கள் அன்றாட பிழைப்புக்கு மட்டும் வேட்டையாடியும் உணவுப் பொருட்கள் சேமித்தும் வாழ்ந்தார்கள்

என்றாலும், சேமிப்பையும் பாதுகாத்தலையும் செய்தார்கள். 'அல்குஇரை', 'அல்கு பதம்' ஆகிய சொற்கள் சேமித்து வைக்கப் பட்ட உணவுப் பொருட்களைக் குறிக்கின்றன.

அல்குபதம் மிகுந்த கடியுடை வியனகர் (அகம். 49: 14)

வல்வில் இளையர்க்கு அல்குபத மாற்றாத்
தொல்குடி மன்னன் மகளே (புறம். 353: 10–11)

வேட்டையில் மிகுதியாகக் கிடைத்த இறைச்சியை உலர்த்தி வைத்துக்கொண்டனர். இது 'வாடூன்' எனப்பட்டது (புறம். 328:9). விளைந்த திணையை உலர்த்திப் பாதுகாத்தார்கள். இது 'உணங்கல்' எனப்பட்டது.

உணங்குதினை துழவும் கைபோல் ஞாழல் (நற். 267: 4)

பாதுகாக்கப்பட்ட நெல் 'பிண்ட நெல்' எனப்பட்டது.

பிண்ட நெல்லின் அள்ளூர் (அகம். 46: 14)

சங்க இலக்கியங்களில் இன்னும் பல சான்றுகள் உள்ளன. குறிஞ்சித் திணையிலேயே இத்தகைய முறைகள் தோன்றி விட்டன என்பதே இங்கு நாம் கவனிக்க வேண்டிய கருத்தாகும்.

2. முல்லை

முல்லைத் திணையில் இந்த உணவியல் முக்கோணம் பெரிதும் வேறுபடுகிறது.

பண்டமாற்றத்தின் தோற்றம்

முல்லைப் பாடல்களை முழுமையாக ஆழ்ந்து நோக்கினால் அங்கு எருமை, பசு, ஆடு, காளை ஆகியவற்றை ஆயர்கள் வளர்த்துள்ளனர்; முல்லை நிலங்களில் ஆயர் பெண்கள், பூக்கள், பால், மோர், தயிர், வெண்ணெய், நெய் போன்ற பால்பொருட்களை

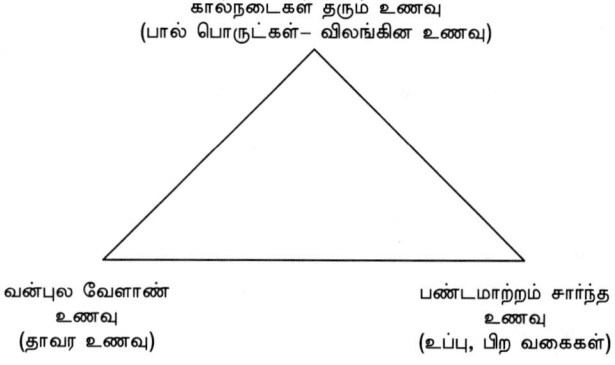

மற்ற குடியினருக்குக் கொடுத்துப் பண்டமாற்றமாக நெல், பொன், பசு, எருமை ஆகியவற்றைப் பெற்றுக்கொண்டார்கள் (நற். 12: 1–10 பெரும். 155–166; குறுந். 221) என்பதைப் பார்க்க முடியும்.

கால்நடை வளர்த்தல் முல்லைக்குரிய ஆரம்பகால வாழ்வாதாரமாக இருந்தாலும், பின்னாளில் கலப்பை கொண்டு உழுது பயிரிடும் வேளாண்மையும் ஏற்பட்டது (அகம். 194). இதனைச் செய்தவர்கள் 'கொல்லைக் கோவலர்' எனப்பட்டனர் (நற். 266, 289). பின்வரும் பாடல் இதனைப் பேசுகிறது.

கொல்லைக் கோவலர் குறும்புனஞ் சேர்ந்த
குறுங்காற் குரவின் குவியிணர் வான்பூ
ஆடுடை இடைமகன் .... (நற். 266: 1–3)

நற்றிணை 121ஆவது பாடலைக் காணும்போது கால்நடை வளர்ப்புடன் உழவர்களாகவும் விளங்கியதை 'விதையர்', 'முதையல்' (பழங்கொல்லை) முதலான சொற்கள் கூறுகின்றன.

தொகுத்துக் காணும்போது முல்லைத் திணையின் உணவாதாரம் கலப்புப் பொருளாதாரத்தைச் சார்ந்திருந்தது. கால்நடை வளர்த்தல் முதன்மைத் தொழிலாகவும், வன்புல விவசாயம் துணை ஆதாரமாகவும் இருந்துள்ளன. இந்த இரண்டின் அடிப்படையிலேயே உணவாதாரம் இருந்தது.

குறிஞ்சியில் 'பாதீடு' மையமாக அமைய, முல்லையில் 'பண்டமாற்றம்' முக்கியமாக அமைந்தது. பங்கிடுதலுக்கடுத்துப் பொருள்களின் பரிவர்த்தனை உணவு ஆதாரத்திற்கு வழிகோலியது. மானுட நுகர்வு முறையில் பாதீடும் பண்டமாற்றமும் அடுத்தடுத்த வளர்ச்சியை உண்டு பண்ணின. பாதீடு ஓர் இனக்குழுவுக்குள் நிகழ்ந்தது. பண்டமாற்றம் இனக்குழுக்களுக்கிடையில் நிகழ்ந்தது. இவற்றில் பரிவர்த்தனையின் பரிமாணம் மாறுபடுவதைக் காண வேண்டும்.

பாலொடு வந்து கூழொடு பெயரும்
ஆடுடை இடைமகன் (குறுந். 221)

எனும் குறுந்தொகைப் பாடலடிகளும்

நெய்விலைக் கட்டிப் பசும்பொன் கொள்ளாள்
எருமை நல்ஆன் கருநாகு பெறூஉம்
மடிவாய்க் கோவலர் குடிவயின் சேப்பின்
(பெரும்பாண். 164–166)

எனும் பெரும்பாணாற்றுப் பாடலடிகளும் முல்லை நிலத்து மக்களின் பண்டமாற்றத்தைப் பேசுகின்றன. பண்டமாற்றம் பொதுவாகச் சமச்சீர் பரிமாற்றத்தின் அடிப்படையில் மேற்கொள்ளப்படும். இதில் கொடுப்பதும் பெறுவதும் சமமாக

அமையும். பாதீட்டில் சமச்சீர்மை முக்கியமாவதில்லை. ஏற்ற இறக்கம் காணப்படும். விலங்கை வீழ்த்தியவன் தலைக்கறியைப் பெறுவான். மற்றவர்கள் சிறிது குறைவாகவும் பெறக்கூடும். சமச்சீரான பாதீடு இருப்பதில்லை *(ஷாலின்ஸ் 1972).*

3. நெய்தல்

நால்வகைத் திணைகளிலும் நான்கு விதமான பொருளாதாரம் வாழ்வாதாரத்தைத் தந்தது. நெய்தல் எப்போதும் புனல்தேசம். கடல், கரை, காற்று, புயல், வெள்ளம் இவையெல்லாம் புனல் தேசத்தின் இயல்புகள். நெய்தல் திணைப் பொருளாதாரம் குறிஞ்சி, முல்லை, மருதம் ஆகியவற்றிலிருந்து மிகவும் விரிவு பெற்றது. பின்வரும் முக்கோணத்தைக் காண்போம்.

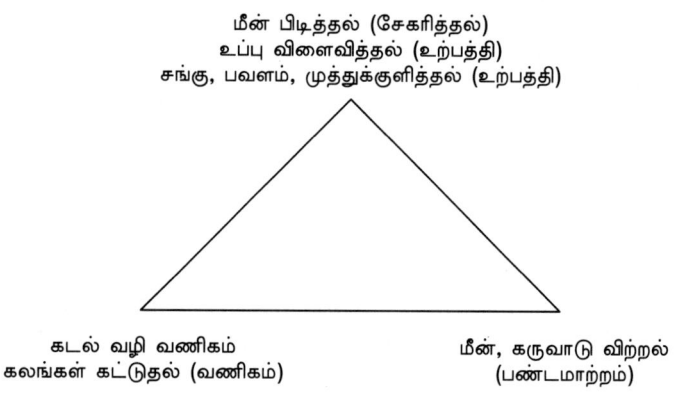

சேகரித்தல், பண்டமாற்றம், உற்பத்தி, வணிகம்

நெய்தலில் சேகரித்தல், பண்டமாற்றம், உற்பத்தி, வணிகம் ஆகிய நான்கு முக்கியக் கூறுகள் வாழ்வாதாரத்திற்கும் உணவாதாரத்திற்கும் வகை செய்தன. மீன்பிடித்தல் சேகரித்தலாக அமைந்தது. உப்பு விளைவித்தலும், சங்கு, பவளம், முத்துக் குளித்தலும் உற்பத்தி சார்ந்தவையாக அமைந்தன.

கடலில் பிடித்த மீன்களைப் பிற இடங்களுக்குக் கொண்டு சென்று விற்றனர் அல்லது பண்டமாற்றம் செய்தனர். அதிகம் பிடிபடும்போது மீன்களை உணக்கிக் கருவாடாக்கிப் பின்னர்ப் பண்டமாற்றம் செய்தனர். பண்டைத் தமிழர்கள் கடல்வழி வணிகம் செய்வதில் சிறந்து விளங்கினர். இதன் பொருட்டு அவர்கள் உருவாக்கிய கலங்களில் மூன்று வகையான தொழில்நுட்பங்களைப் பயன்படுத்தினர்.

1. தொடக்கநிலைத் தொழில்நுட்பம்: ஆரம்ப காலத்தில் செய்யப்பட்ட கட்டுமரம், வங்கம் முதலான கலங்கள் எளிய தொழில் நுட்பங்களோடு செய்யப்பட்டன.

2. இடைநிலைத் தொழில்நுட்பம்: நாவாய், திமில் முதலானவை சற்று மேம்பட்ட தொழில்நுட்பங்களோடு செய்யப்பட்டன.

3. மேல்நிலைத் தொழில்நுட்பம்: அதிகமான சரக்குகளைத் தொலைதூர நாடுகளுக்குக் கொண்டு செல்லும் வகையில் தோணி, அம்பி முதலான கலங்கள் உயர் தொழில் நுட்பத்துடன் உருவாக்கப்பட்டன.

மேற்கூறியவற்றைக் கருத்தூன்றி ஆராயும்போது குறிஞ்சியில் 'பாதீடு' முதன்மையான வாழ்வாதாரமாக விளங்க, முல்லையில் அதுவே பண்டமாற்றமாக உருவெடுத்ததைக் காண்கிறோம். நெய்தலில் சேகரித்தல், பண்டமாற்றம் ஆகிய இரண்டும் தொடர்ந்தாலும் சங்கு, பவளம், முத்து ஆகிய விலை உயர்ந்த பொருட்களின் உற்பத்தியும், கடல்வழி வணிகமும் புதிய வாழ்வாதாரங்களாக உருவாயின. இதன் தாக்கம் உணவிலும் காணப்பட்டது.

4. மருதம்

மருதத் திணையின் வாழ்வாதாரம் நீர்ப்பாசன வேளாண்மை சார்ந்தது. அங்கு மென்புலம் என்கிற நன்செய் வேளாண்மை ஏற்பட்டது. இது உபரி சார்ந்ததாகவும் விற்பனைக்கு உரியதாகவும் மாறியது.

> சாலி நெல்லின் சிறைகொள் வேலி
> ஆயிரம் விளையுட் டாகக்
> காவிரி புரக்கும் நாடுகிழ வோனே   (பொருநர். 242-248)

எனும் பெருநராற்றுப்படை வரிகள் நன்செய் வேளாண்மையின் சிறப்பைப் பேசுகின்றன. வேந்தர்கள் ஆண்ட காவிரிப் படுகையில் ஒரு வேலி நிலத்தில் ஓராயிரம் கலம் நெல் விளைந்தது என்கிறது இப்பாடல்.

ஒரு பிடியானை கிடக்கும் இடத்தில் ஏழு களிற்று யானை களைப் பாதுகாக்க வல்ல உணவுப் பொருள்களை விளைவிக்கும் சோழ நாடு என மருதத் திணையின் சிறப்பை 'எழுகளிறு புரக்கும் நாடுகிழ வோயே' என்று புறநானூறு (40: 9-10) பேசுகிறது.

நன்செய் வேளாண்மையும் உபரியும் உருவான மருதத் திணையின் உணவியல் முக்கோணம் ஒரு புதிய இயங்கியலைக் காட்டுகிறது.

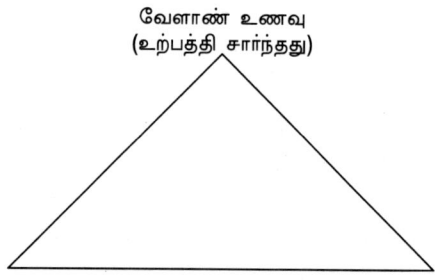

குடி ஊழியத்தின் தோற்றம்

மருதத் திணையில் தோன்றிய நன்செய் வேளாண்மையில் நெல்லும் கரும்பும் மிக முக்கியமான பயிர்களாகும் (அகம். 220: 13; புறம்: 385: 9; பதிற். 13: 3). இவற்றைப் பயிரிடக் காடுதிருத்தி நாடாக்கும் முயற்சிகளையும் குளந்தொட்டு வளம் பெருக்கும் முயற்சிகளையும் வேந்தர்கள் மேற்கொண்டனர்.

> காடு கொன்று நாடாக்கிக்
> குளந்தொட்டு வளம் பெருக்கிப்
> பிறங்கு நிலைமாடத் துறந்தை போக்கிக்
> கோயிலொடு குடிநிறீஇ   (பட்டினப். 283–286)

எனும் பட்டினப்பாலை அடிகள் கரிகாற்சோழனின் செயலைப் பாராட்டுகின்றன.

மருதத் திணையில் செந்நெல் சோறு சிறப்பான உணவு. இந்த நெல் சோறு மற்ற திணைகளில் இல்லாத ஒன்று. மருதத்தில் உணவு உற்பத்தி செய்யும் சமூகம் இருந்தது. அது உடைமைச் சமூகமாகவும் இருந்தது. இங்கு நன்செய் நிலம் அடிப்படை ஆதாரமாக விளங்கியது. உழுதுண்போர், உழுவித்துண்போர் எனும் இரு பிரிவினர் இருந்தனர். வர்க்க வேறுபாடுகள் வலுப்பெற்று விட்ட இச்சூழலில் உணவு ஆதாரங்களும் வேறுபடத் தொடங்கின. திணை வாழ்வு முறையில் உணவு சார்ந்த வேறுபாடுகளும் தொடர்ந்து அதிகரித்தன (சிவசுப்பிரமணியன், ஆ. 2019).

பண்டைத் தமிழரின் வாழ்வு முறையில் மருதத்தின் தனித்துவம் என்னவென்றால் உற்பத்தியும் உபரியும் அதிகரித்தன; வேளாண்மையும் வணிகமும் வலுவடைந்தன. இவற்றையொட்டி

கைவினைக் கலைகளின் பெருக்கமும் அதிகரித்தது. கூடவே கைவினைக் கலைகளில் நுணுக்கமும் பெருகியது. இந்த அசைவியக்கங்களின் காரணமாகச் சங்க காலத்திலேயே முப்பத்தைந்துக்கும் மேற்பட்ட தொழில்கள் காணப்பட்டன. (மணவழகன், ஆ. 2010). இவை யாவும் உணவு முறையிலும் பிரதிபலித்தன.

முல்லைத் திணையில் பெருகியிருந்த பண்டமாற்றம் மருதத்தில் 'குடி ஊழிய முறை'யாக மாற்றம் பெற்றது. முல்லையில் பண்டங்களைப் பரிமாறிக்கொண்டதுபோல், மருதத்தில் பல்வேறு குடிகளும் தத்தம் ஊழியங்களைப் பரிமாறிக்கொண்டனர். இதுவும் ஒருவகையான பரிமாற்றம்தான். இங்குப் பண்டமாற்றமானது குடி ஊழியங்களைப் பரிமாறும் ஒரு புதிய சமூக வடிவமாகப் படிமலர்ச்சி பெற்றது எனலாம்.

5. பாலை

குறிஞ்சியும் முல்லையும் கோடையில் திரிவதால் பாலை தோன்றுகிறது. கோடையின் வறட்சியிலும் இந்நிலத்தில் பாலை மரம் வாடாமல் கண்ணுக்குப் புலப்படுவதால் பாலை என்ற பெயர் இத்திணைக்கு வந்தது என்ற ஒரு கருத்தும் உண்டு. பாலைத் திணையின் வாழ்வாதாரம் மற்ற திணைகளிலிருந்து மாறுபட்டுக் காணப்பட்டது.

வீரயுகக் கால ஆதாரங்கள்

காட்டு வழியில் செல்வோரை ஒளிந்திருந்து தாக்கி அவர்களுடைய பொருள்களைப் பறித்துத் தமக்குள் கூறுபோட்டுக் கொள்பவர்கள் ஆறலை கள்வர்கள் (குறுந். 331).

வணிகச் சாத்துகளை வழிமறித்துப் பொருட்களைக் கொள்ளையடிப்பதும் ஆறலைக் கள்வர்களின் தொழிலாக இருந்தது என்பதைச் 'செல்சாத்து எறியும் பண்புஇல் வாழ்க்கை' என்கிறது அகநானூறு (245).

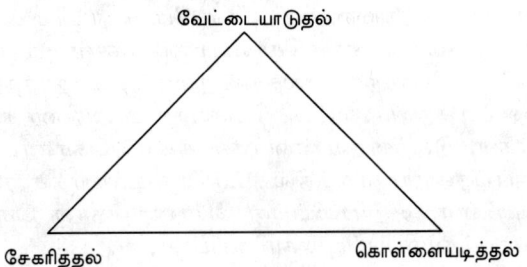

இறைச்சிக்காகவும் கள்ளுக்காகவும் ஆநிரை கவர்ந்த எயினர் பற்றியும் வேட்டுவர் பற்றியும் அறிய முடிகிறது (அகம். 59, 97, 159, 249, 309). எயினர் எனப்படும் இனக்குழுவினர் வில், அம்பு கொண்டு உடும்பு, முயல், கணமா, முளவுமா முதலான விலங்குகளை வேட்டையாடி உண்டனர் (அகம். 249, 265, 309). எறும்புப் புற்றுகளை அழித்து அவை சேகரித்து வைத்திருந்த மூங்கில் அரிசியை எடுத்தும் உண்டனர் (அகம். 319, 377).

பழையர் மக்கள் காடுகள் அடர்ந்த மலைப் பகுதியில் வாழ்ந்தார்கள். இச்சமூகப் பெண்கள் காட்டில் மலர்ந்த பூக்களைப் பறித்து மூங்கில் குழாய்களில் சேகரித்துக் குன்றகச் சிறுகுடிகளிடம் கொடுத்துப் பண்டமாற்றம் செய்தார்கள் என்பதை

> பைங்குழைத் தழையர் பழையர் மகளிர்
> கண்திரள் நீளமை கடிப்பின் தொடுத்து
> குன்றகச் சிறுகுடி மறுகுதொறும் மறுகும்
> .... சீறூர் நாடு (அகம். 331: 5–8)

என்று அகநானூறு குறிப்பிடுகிறது.

பாலைத்திணை மக்களின் வாழ்வு கொள்ளையடித்தல், வழிப்பறி செய்தல், ஆநிரை கவர்தல் முதலான கொடுஞ் செயல்கள் நிறைந்ததாக இருந்தது. இதனைப் போர் பற்றிய மானிடவியலோடு புரிந்து கொள்ள வேண்டும். சங்க காலம் என்பது வீரயுகக் காலம். சீறூர் மன்னர்கள், முதுகுடி மன்னர்கள், குறுநில மன்னர்கள் பல்கிப் பெருகியிருந்த காலமது. இவர்கள் தன்னாட்சியுடன் ஆட்சி செய்த காலமும் உண்டு; வேந்தர்களின் கட்டுப்பாட்டுக்குள் வந்து திறை செலுத்தி ஆண்ட காலமும் உண்டு. இவர்கள் பல்வேறு சூழ்நிலைகளில் போரிட்டுக் கொண்டார்கள். மகட்கொடை மறுத்தலுக்கும்கூடப் போர் நடந்திருக்கிறது.

எதிரி நாட்டு வளங்களை முழுவதும் அழித்தொழிப்பதுதான் வெற்றி பெறும் மன்னனின் இறுதி இலக்காக இருந்தது. இவ்வாறான போரில் ஈடுபட்ட மறவர், மழவர், பழையர், வம்பலர், வேட்டுவர் முதலான பாலைத்திணைக் குடிகள் போர் நடவடிக்கைகளில் ஈடுபட்டு வாழ்க்கை நடத்திக் கொண்டிருந்தார்கள். போர் செய்யும் மறக்குடியினர் போரற்ற காலத்தில் தம் உணவாதாரத்திற்காகக் கொள்ளையடித்தலும், வழிப்பறி செய்தலும், ஆநிரை கவர்தலும் செய்தார்கள். இவற்றை மன்னர்கள் கண்டு கொண்டதில்லை. போருக்குப் பிந்தைய காலத்தில் கட்டுப்பாடில்லாத சலுகைகளை மறக் குடியினர் அனுபவிப்பது போன்றதொரு செயலாகக் கொள்ளையும் வழிப்பறியும் காணப்பட்டன.

உணவின் பண்பாடு

'உணவு' என்பதைப் பண்பாடு என்னும் முழுமையின் ஒரு பகுதி எனக் கொள்வோமானால் அதனைக் குறைந்தது இரண்டு வகையான கண்ணோட்டத்துடன் அணுகலாம். பண்பாடு என்பது ஒரு சமூகம் அது வாழ்வதற்காக ஏற்படுத்திக் கொள்ளும் தகவமைப்பு முறை என்று அணுகுவது ஒரு முறை. மாறாக, வாழ்வதற்கான அறிவு முறையின் வெளிப்பாடு என்று அணுகுவது மற்றொரு முறை.

சங்ககால உணவு முறையிலும், அதன் அடிசில் கலையிலும் தொடர்ச்சியான பண்பாட்டுப் பொருண்மைகள் ஒன்றன்பின் ஒன்றாகப் பரிணமித்து இறுதியில் மருதத்திணையில் அது அறுசுவை உணவாகப் பரிமாணம் பெற்றது. தொடக்கத்தில் சமைக்காத பச்சை இறைச்சியைத் தின்ற 'பச்சூன்' (பசுமையான ஊன்; பெரும்பாண். 283) தொடங்கி, காட்டில் இயற்கையாக எழுந்த தீயில் இறைச்சியை வக்கி (வதக்கி) (மலைபடு. 247-250) உண்ட பின்னர் நெருப்பைக் கண்டுபிடித்து அதில் சுட்டுத் தின்னும் முறையை உருவாக்கினார்கள் (புறம். 319: 8). இதன் பின்னர் புழுக்கலும் (பெரும்பாண். 100), பொரித்தலும் (புறம். 379), சமைத்தலும் (அகம். 119) விரிவு பெற்றன.

மேற்கூறிய படிமலர்ச்சியின் ஊடாக, உணவின் பரிமாணம் தொடர்ந்து விரிவு பெற்றதோடு, உண்ணும் முறையிலும் பரிமாணங்கள் பல்கிப் பெருகின. சங்ககாலத் தமிழர்கள் உணவுப் பண்பாட்டை உணர்வும் அர்த்தமும் கொண்டதாக வளர்த்தெடுத்துள்ளனர். உணவை உடலோடும் சமூகத்தோடும் சேர்த்திருக்கின்றனர். தொல்காப்பியர் மரபியலில் "மெய்திரி வகையின் எண்வகை உணவில் தொய்தியும் உரையார்" என்கிறார் (பொருள். 623). இவர் எண்வகை உணவைக் குறிப்பிடுகிறார்.

உணவை ஐவகை உணவாகக் கூறுவது ஒரு மரபு. பெருங்கதை "ஐவேறு அமைந்த அடிசிற் பள்ளியும்" என்கிறது. பிங்கல நிகண்டு கறித்தல், நக்கல், பருகல், விழுங்கல், மெல்லல் என ஐவகை உணவைக் கூறுகிறது. வடமொழியில் "பஞ்ச பஷ்ய பரமான்னம்" எனக் கூறும் வழக்கு தமிழ் மரபை ஒத்தது (பெருமாள், அ.கா. 2012: 4).

ஐவகை உணவு முறையை நடைமுறையில் உண்பன, தின்பன, கொறிப்பன, நக்குவன, பருகுவன என்பார்கள். இந்தப் பாகுபாடு உணவின் தன்மை, உண்ணும் முறை, சுவை முதலானவற்றின் அடிப்படையில் உருவானது என்கிறார் அ.கா. பெருமாள் (2012: 4).

சங்க காலத்தில் பன்னிரண்டுக்கும் மேற்பட்ட வகைகளில் உணவை உட்கொண்டுள்ளனர். இது மிகவும் கருத்தூன்றி அறியவேண்டிய ஒன்றாகும் (மணி, ஆ. 2019: 24).

அருந்துதல்	–	மிகக் குறைவாக உட்கொள்ளுதல்
உண்ணல்	–	பசிதீர உட்கொள்ளுதல்
உறிஞ்சல்	–	வாயைக் குவித்துக்கொண்டு நீரியல் பண்டத்தை ஈர்த்து உட்கொள்ளுதல்
குடித்தல்	–	திரவ உணவைச் (கஞ்சி போன்றவை) சிறிது சிறிதாகப் பசிநீங்க உட்கொள்ளுதல்
தின்னுதல்	–	தின்பண்டங்களை உட்கொள்ளுதல்
துய்த்தல்	–	சுவைத்து மகிழ்ந்து உட்கொள்ளுதல்
நக்கல்	–	நாக்கினால் துழாவி உட்கொள்ளுதல்
நுங்கல்	–	முழுவதையும் ஒரே வாயில் ஈர்த்துறிஞ்சி உட்கொள்ளுதல்
பருகல்	–	திரவப் பண்டத்தைச் சிறுகக் குடிப்பது
மாந்தல்	–	பெரு வேட்கையுடன் மடமடவென்று உட்கொள்ளுதல் (கள் மாந்துதல்)
மெல்லல்	–	கடிய பண்டத்தைப் பல்லால் கடித்துத் துகைத்து உட்கொள்ளுதல்
விழுங்கல்	–	பல்லுக்கும் நாக்கும் இடையே தொண்டை வழி உட்கொள்ளுதல்

உணவின் இந்தப் பண்பாட்டுப் பரிமாணங்கள் உணவை வெறும் உடலாற்றலுக்கான கூறாகப் பார்க்காமல், பண்பாட்டின் சிந்தனைக்குரிய கூறாகவும் வார்த்திருக்கின்றன.

1

மலை சார்ந்த உணவாதாரம்

திணை

மலையும் மலை சார்ந்த பகுதியும் குறிஞ்சி எனப்படும். குறிஞ்சி இயற்கைக்கும் பண்பாட்டுக்கும் பொதுவானது; இரண்டுக்கும் பாலம் அமைக்கிறது. இந்தப் பாலத்தின் ஊடாகத் தாவரங்கள், விலங்குகள், மனிதர்கள் யாவும் ஜீவனம் செய்கின்றன. இந்த ஜீவனத்தில் முதற்பொருள், கருப்பொருள், உரிப்பொருள் ஆகியவை ஒன்றை யொன்று சார்ந்து தொழிற்படுகின்றன. பண்பாட்டின் ஒரு பகுதியாகிய உணவும் இவை சார்ந்தே அர்த்தப்படுகின்றது.

குறிஞ்சி என்பது பொதுப்பெயர். பண்டைய தமிழ்க் கவிதைகளைத் 'திணைக் கவிதை'களாக வரையறுத்தபோது அன்றைய தொகுப்பாளர்கள் நிர்ணயித்த சொல்லாட்சி இது. இந்தக் குறிஞ்சி என்பது பல்வேறு பெயர்களில் அடையாளப்படுத்தப்பட்டது. அவற்றில் 'வன்புலம்', 'புன்புலம்' இரண்டும் பெரு வழக்காக இருந்தன. குறிஞ்சியின் பல்வேறு பெயர்கள் வருமாறு:

வன்புலம்	–	*(அகம். 79: 5; புறம். 173. 6)*
புன்புலம்	–	*(புறம். 328:2; அகம். 284. 7)*
மேட்டு நிலம்	–	*(புறம். 173: 6)*
வலிய நிலம்	–	*(நற். 59. 6; புறம். 71: 19, 18: 14)*
கானம்	–	*(நற். 326:8; முல்லை. 97)*
புனம்	–	*(அகம். 102:1; ஐங். 284: 3)*

புலம்	–	*(மலைபடு. 198; நற். 394: 5)*
ஏனல்	–	*(ஐங். 282, 296; நற். 344; புறம்.159)*
துடவை	–	*(பெரும்பாண். 201)*
முரம்பு	–	*(மலைபடு. 198; நற். 394. 5)*

குறிஞ்சி நிலமானது எறிபுனம், சுடுபுனம், எரிதின் கொல்லை, மலையிடம் படுத்துக் கோட்டிய கொல்லை என்றெல்லாம் அழைக்கப் பெற்றது.

மக்கள்

சங்க காலத்தில் மலையிலும் மலை சார்ந்த இடங்களிலும் வாழ்ந்தவர்கள் வேட்டுவர், கானவர், குறவர் ஆவர். இவர்கள் வேடர், கானக்குறவர், குன்றக்குறவர், குறிஞ்சிக்குறவர், புனக்குறவர், பல்கிலைக் குறவர், மலை உறை குறவர், குடிக்குறவர், கானவன், சிறுகுடிக் கானவன், ஏனல் காவலர், புனவன், நாடன், குன்றுவர், கல் உழு குறவர், கான் உழு குறவர் என்றெல்லாம் அழைக்கப் பட்டனர்.

அடிப்படை உணவாதாரம்

குறிஞ்சித் திணையில் வாழ்ந்த வேட்டுவர், கானவர், குறவர் முதலானவர்கள் தினை, வரகு, புல்லரிசி, மூங்கிலரிசி, ஐவன நெல், அவரை, கிழங்கு, தேன், வேட்டைப் பொருட்கள், பிற காடுபடு பொருட்கள் முதலானவற்றை உணவுக்கான அடிப்படைகளாகப் பயன்படுத்தினர் (பெரும்.82–142, மதுரை. 286–300, மலைபடு.170–188). வேட்டையாடி உணவு சேகரித்தலே இங்கு அடிப்படை உணவாதாரமாக விளங்கியது. இதனைத் தொடர்ந்து வன்புல வேளாண்மையிலும் ஈடுபட்டனர்.

வேட்டை

இனக்குழு வாழ்வில் குழு வேட்டையே முதன்மையானது. மிகச் சில தருணங்களில் தனிநபர்களும் வேட்டைக்குச் சென்றார்கள் (நற். 59). சங்க காலத்தில் உடும்பு, நுணல், ஈயல், முயல் போன்ற சிறு விலங்குகளைத் தனிநபர்கள் வேட்டையாடினார்கள். இதற்கு மாறாக, கானவர், வேட்டுவர், குறவர் முதலானோர் காடுகளிலும் மலைகளிலும் குழுவாகச் சேர்ந்து வேட்டையாடினார்கள்.

இனக்குழுச் சமூகத்தில் வேட்டையாடி உணவு சேகரித்தல் அடிப்படை வாழ்வாதாரமாக இருந்ததால் விலங்கினப் புரதமும் தாவரவினப் புரதமும் ஏறக்குறைய சமஅளவு இருந்தன. இது உலகளாவிய நிலையில் இனவரைவியல் கண்டுள்ள உண்மையாகும். சங்க கால இனக்குழுச் சமூகத்தினரும் இதனையே பிரதிபலிக்கின்றனர்.

சங்க கால வேட்டுவர்கள் அனைவரும் சிறுவயதிலேயே விற்பயிற்சியை மேற்கொண்டனர். ஊகம்புல்லின் நுண்ணிய குச்சியில் புழையையுடைய வெள்ளிய முள்ளைச் செருகி அம்புகளாக்கி வேட்டைக்குப் பயன்படுத்தினர். மரக் கயிற்றால் பிணித்துச் செய்த வில்லில் இந்த அம்புகளைப் பயன்படுத்தினர் என்பதை, 'புன்றலைச் சிறாஅர் வில்லெடுத் தார்ப்பிற், பெருங்கட் குறுமுயல்' எனும் பாடல் (புறம். 322) கூறுகின்றது.

சங்க காலத்தில் பல்வேறு வகையான விலங்குகள் வேட்டையாடப்பட்டன. அதற்குப் பல்வேறு வகையான கருவிகளும் உத்தி முறைகளும் பயன்படுத்தப்பட்டன. வேட்டுவச் சிறுவர்கள் வீட்டருகில் இருக்கும் மடுக்கரையில் உடும்பைப் பிடித்து வந்துள்ளனர். இதனை,

வேட்டைச் சிறாஅர் சேட்புலம் படராது
படுமடைக் கொண்ட குறுந்தா ளுடும்பின் (புறம். 326)

எனும் பாடலடிகள் குறிப்பிடுகின்றன.

குறிஞ்சித் திணை வாழ்வில் பன்றி வேட்டை முக்கியமானது. சில வேளைகளில் பன்றிகள் தாக்கும் என்பதால் வேடர்கள் அவை நீர் பருகச் செல்லும் வழித் தடங்களில் பதுங்குக் குழி அமைத்து அவற்றை வேட்டையாடினர். தினைப்புனத்தில் விளைந்த கதிர்களை மேய வரும் பன்றிகளைக் கற்பொறிகளை வைத்துப் பிடித்தனர். இக்கற்பொறி 'விளைபுன நிழத்தலிற் கேழல் அஞ்சிப், புழைதொறு மாட்டிய இருங்கல அரும்பொறி' என்று அழைக்கப்பட்டது (மலைபடு. 193–194).

சங்க காலத்தில் முள்ளம்பன்றி வேட்டை ஆபத்தாக இருந்தது. சில சமயங்களில் முள்ளம்பன்றி தனக்கு ஆபத்து ஏற்படும் காலத்தில் உடலைச் சிலிர்த்துத் தன் முட்களால் வேட்டைக்காரனைத் தாக்கிவிடும். இவ்வாறு புண்பட்ட வேட்டுவன் ஒருவன் வலிதாங்காமல் கூச்சலிட்டு அழுதபோது அது கானகமெங்கும் எதிரொலித்ததை, 'சேயளைப் பள்ளி எஃகுறு முள்ளின், எய்தெற விழுக்கிய கானவர் அழுகை', (மலைபடு. 300–301) எனும் பாடலடிகள் விளக்குகின்றன. உடலைச் சிலிர்த்து எதிரிகளின் மேல் முள்ளை எய்வதால் முள்ளம்பன்றி 'எய்பன்றி' என்றும் அழைக்கப்பட்டது.

சங்க கால வேட்டுவர்கள் புதுமையான முறை ஒன்றின் மூலம் மான் வேட்டையாடினார்கள். முதலில் பெண்மான் ஒன்றைப் பிடித்து அதனை இளைப்பாறச் செய்து விளாமரம் அல்லது பலாமரத்தில் கட்டி வைப்பர். அந்த மானைக் காண ஆண்மான் வந்தபோது அதனை வேட்டையாடினார்கள் (புறம். 320). பெண்மான், சினைமான் ஆகியவற்றை வேட்டையாடுவது இல்லை.

அக்காலத்தில் பறவை வேட்டை எளிமையாக இருந்திருக்கிறது. கானவர் தம் குடிசைகளின் முற்றத்தில் மான் தோல் விரித்து அதன்மேல் தினையைத் தூவி வைத்தனர். அதனைத் தின்ன வந்த கானக் கோழி, பறவை, புறா முதலானவற்றைப் பிடித்துச் சமைத்து உண்டனர் (புறம். 319).

சங்க கால வேட்டுவர்கள் புலிகளையும் வேட்டையாடியுள்ளனர். அவை வரும் தடமறிந்து அங்கு வலைகளை விரித்துக் காத்திருந்தனர். வலையில் சிக்கியவுடன் அஞ்சாது பாய்ந்து தாக்கினர். இத்தகைய வேட்டையில் வேட்டுவன் மீது புலி பாய்ந்து மார்பைக் கிழித்துப் புண்ணாக்கியதும் உண்டு. அதனை,

கொடுவரி பாய்ந்தெனக் கொழுநர் மார்பில்
நெடுவசி விழுப்புண் தணிமார் காப்பென
அறல்வாழ் கூந்தல் கொடிச்சியர் பாடல்

(மலைபடு. 302-304)

என மலைபடுகடாம் விளக்குகிறது.

சங்ககால மக்கள் யானை வேட்டையிலும் ஈடுபட்டனர். தினைப் புனங்களில் கதிர்களைத் தின்ன வரும் யானைகளைப் பிடிப்பதற்குப் பரண் அமைத்துக் காத்திருந்தார்களாம். யானை வந்தபோது கானவர் அனைவரும் ஒன்று திரண்டு வளைத்துப் பிடித்தார்களாம். அப்போது ஏற்பட்ட ஆரவாரம், கூச்சல் எல்லாம் கானகமெங்கும் எதிரொலித்ததாம் (மலைபடு. 277-279).

அகநானூற்றுப் பாடலொன்று (13: 5-9) குழி வெட்டி வைத்து யானைகளைப் பிடிக்கும் முறையை, 'குழியில் கொண்ட மராஅ யானை' (அகம்.13: 7) எனும் அடி விவரிக்கிறது. வேட்டையாடிய யானையின் தோலும் தந்தமும் கலைப் பொருட்களாயின.

வேட்டை என்றாலே ஆதிக் கருவி வில்லும் அம்பும்தான். சங்க காலத்தில் வில் அதிகமாகப் பயன்பட்டுள்ளது என்பதை 'விடுகணை வில்லொடு பற்றிக் கோடுஇவர்பு' (குறுந். 274: 3) அறிகிறோம். ஐங்குறுநூறு (352: 1) உள்ளிட்ட பல்வேறு இலக்கியங்களில் வில் பற்றிய குறிப்புகளைக் காணமுடிகிறது.

சங்ககால வேட்டுவர்கள் குறுந்தடி எறிந்து முயலைப் பிடித்துள்ளனர். இதனைப் புறநானூறு (337) 'குறுங்கோ லெறிந்த நெடுஞ்செவிக் குறுமுயல்' என்று விவரிக்கிறது. இப்பாடலில் வரும் குறுங்கோல் என்பது வளைதடி ஆகும். ஐங்குறுநூறு (87) பாடல் ஒன்று மாலை வெண்காழை எறிந்து முயலைப் பிடித்தனர் என்கிறது. இவ்வகைக் குறுந்தடிகள் மரத்தாலோ இரும்பாலோ செய்யப்பட்டிருக்க வேண்டும்.

வேட்டையாடும் கருவிகளில் குறுந்தடி என்னும். 'வளைதடி' மிகவும் தொன்மையானது, தனித்துவமானது. இது பற்றிச் சங்க இலக்கியத்தில் பதிவாகியுள்ளது.

மாலை வெண்காழ் காவலர் வீச
நறும்பூம் புறவின் ஒடுங்குமுயல் இரியும்
புன்புல நாடன் மடமகள்
நலங்கிளர் பணைத்தோள் விலங்கின செலவே

(ஐங். 421: 1–4)

மாலை வேளையில் தினைப்புனத்துக்குள் புகும் விலங்குகளை வெருட்டி ஓட்டுவதற்குக் குறுந்தடியைச் சுழற்றி எறிந்தனர் என்கிறது இப்பாடல். வெண்மையான வயிரம் பாய்ந்த இந்த வளைதடியைக் குறுந்தொகை 'வெண்காழ்' என்கிறது. 'குறுங்கோல் எறிந்த நெடுஞ்செவிக் குறுமுயல்' (புறம். 339: 4) எனும் புறநானூற்றுப் பாடலடி இக்கருவியைக் குறுங்கோல் எனக் குறிப்பிடுகிறது.

சங்ககால வேட்டுவர்கள் வேட்டையில் நாயைப் பயன்படுத்தினர் என்பதைக் 'கடுங்குரற் பம்பைப் கதநாய் வடுகர்' (நற். 212) மூலம் அறிகிறோம். அதுபோல வீட்டில் வளர்க்கும் பழக்கப்படுத்தப்பட்ட பறவையைக் கொண்டு கூவ வைத்து மற்ற பறவைகளைப் பிடித்த முறையையும் காண்கிறோம். இப்பறவையை நற்றிணை (212), 'பார்வைப் புள்' (புள்=பறவை) என்கிறது. இவ்வாறே கும்கி யானையை வைத்து யானையைப் பிடிப்பதும், வீட்டு முற்றத்தில் கட்டி வைத்திருக்கும் பார்வை மான்களைக் கொண்டு மான்களைப் பிடிப்பதும் நிகழ்ந்துள்ளன (பெரும்பாண். 95–96).

வேட்டைத் தொழிலில் கூட்டுழைப்பு

வேடர் சமூகத்தில் ஆண், பெண், சிறார் ஆகியோரிடையே தொழிற்பகுப்பு காணப்படுவது இயல்பு. எனினும் அவர்களிடம் கூட்டுழைப்பும் அதனையடுத்து உழைப்பால் ஈட்டியவற்றைக் கூட்டாகப் பாதீடு செய்துகொள்வதும் சிறப்பான பண்புகளாக விளங்கின.

வேடுவர்கள் கூட்டு வேட்டையில் ஈடுபடுபவர்கள். கெண்டி எறிந்தும், அம்பு எய்தியும், கண்ணி வைத்தும் விலங்குகளை வேட்டையாடினர். வலை விரித்துப் பறவையினங்களைப் பிடித்தனர். மேற்கூறிய புறநானூற்றுப் பாடல் (322) மூலம் வேட்டுவச் சிறுவர்கள் வரகின் அரிகாலில் மேயவரும் எலிகளைப் பிடிப்பதற்கு ஏற்ற சமயத்திற்காகக் காத்திருந்தனர் என்பதை அறியலாம். சிறுவர்கள் ஒன்று கூடி எலி பிடித்த கூட்டுழைப்பைப் 'புன்தலைச் சிறாஅர் வில்லெடுத்து ஆர்ப்பின்' என்கிறது புறநானூறு (322: 3–4)

வேட்டைத் தொழில் பெரும்பாலும் ஒரு கூட்டுத்தொழில் என்றாலும் தனியொரு வேட்டுவன் உடும்பு, நுணல், ஈயல், முயல் முதலான சிறு விலங்குகளைப் பிடித்தும் அகழ்ந்தும் கெண்டியும் எறிந்தும் தோளில் தூக்கி வந்ததை நற்றிணை (59) கூறுகிறது. இத்தகு தனிமனித வேட்டை இனக்குழு வாழ்வில் மிக அரிதாகும். இனக்குழுச் சமூகத்தில் கூட்டு வேட்டையே பரவலான முறையாகும். சங்ககால வேடுவர்கள் கூட்டு வேட்டையில் விலங்குகளைக் கெண்டி எறிந்தும், அம்பெய்தியும், கண்ணி வைத்தும், பறவைகளை வலைவிரித்தும் பிடித்தனர். கானவர், குறவர், வேட்டுவர் போன்ற குறிஞ்சி நில இனக்குழுச் சமூகத்தார் வேட்டைக்குரிய பல்வேறு பொருட்களைக் 'கவை' (கவட்டை) எனும் கருவியைத் தோளில் சார்த்தித் தூக்கிச் சென்றனர். வில், அம்பு, கவண், வேல், கல் அடார், வலை, கண்ணி, சுருக்கு வார் பொறி முதலான கருவிகளைப் பயன்படுத்தியுள்ளனர்.

கொடுவிற் கானவன் கோட்டுமா தொலைச்சி (நற். 75: 6)
சிறுபொறி மாட்டிய பெருங்கல் அடாஅர் (நற். 119: 2)
தொகுவாய் வேலித் தொடர்வலை மாட்டி
(பெரும்பாண். 113)

முதலான கருவிகள் வேட்டையில் பயன்படுத்தப்பட்டன.

சேகரித்தல்

வேட்டையாடி உணவு சேகரிக்கும் இனக்குழு வாழ்வில் 'சேகரித்தல்' (gathering) மிக முக்கியமானதாகும். பெரும்பாலும் இதனைப் பெண்களே செய்தனர். எனினும் கிழங்ககழ்தல், தேனிழைத்தல் ஆகியவற்றில் ஆண்களுங்கூடப் பங்கேற்றனர் என்பதைப் பின்வரும் பாடல்கள் மூலம் அறிய முடிகிறது.

புறங்குழி அகழ்ந்த தலைவன் கிழங்கினொடு
கண்ணகன் தூமணி பெறூஉம் நாடன் (குறுந். 379: 1–3)
கவலைக் கெண்டிய கல்வாய்ச் சிறுகுழி (குறுந். 233: 17)
கருங்கோற் குறிஞ்சிப் பூக்கொண்டு பெருந்
தேனிழைக்கும் நாடன் (குறுந். 3: 4)

கிழங்கெடுத்தல், தேனெடுத்தல், மா, பலாக்கொட்டை போன்ற உணவுப் பொருள்களைச் சேகரித்ததை நற்றிணையும் கூறுகிறது.

.... குன்றத்துப்
பழங்குழி அகழ்ந்த கானவன் கிழங்கினொடு
(குறுந். 379: 1–2)
கிழங்கு கீழ்வீழ்ந்து தேன்மேல் தூங்கிச்
சிற்சில வித்திப் பற்பல விளைந்து,
தினைகிளி கடியும் பெருங்கல் நாடன் (நற். 328: 1–3)

எனும் பாடலடிகள் கிழங்கு தோண்டியதைக் கூறுகின்றன. மேலும், 'ஆய்சுளைப் பலவின் மேய்கலை உதிர்த்த' (அகம். 7: 20-22) எனும் அகநானூற்றுப் பாடலடி மூலம் கானவர்கள் தமக்குரிய உணவுப் பொருள்களில் ஒன்றாகிய பலாக்கொட்டையினைச் சேகரித்த செய்தியை அறிகிறோம்.

கிழங்கு வகைகளில் வள்ளிக்கிழங்கு (புறம். 109: 6), சேப்பங்கிழங்கு (பெரும்பாண். 360-361), கூவைக்கிழங்கு (மலைபடு. 137), கவலைக் கிழங்கு (குறுந். 233: 1) ஆகியன முதன்மையானவையாக அகழப்பட்டன.

இவை தவிர பல்வேறு காடுபடு பொருட்களையும் சேகரித்து அவர்களின் உணவாதாரத்தை வலுப்படுத்திக்கொண்டனர்.

குறிஞ்சி நில மக்கள் மிளகின் பயன்பாட்டை அறிந்திருந்தனர். மலைச் சாரலில் விளைந்த மிளகினைச் சேகரித்து உணவில் சேர்த்துக்கொண்டனர். இதனைக் குறுந்தொகை

> கறிவளர் அடுக்கத்து இரவின் முழங்கிய
> மங்குல் மாமழை வீழ்ந்தெனப் பொங்குமயிர்
>
> (குறுந். 90: 2-3)

என்று பதிவிடுகிறது.

பகுத்துண்ணுதல், பாதீடு, பண்டமாற்றம்

இனக்குழுச் சமூகமானது வரலாற்றின் நெடுங்காலம் வரை கண சமூகமாகவே வாழ்ந்து வந்தது. சமூக உடைமையே அதன் தனித்துவமான பாங்காகஇருந்தது.காடும்மலையும் அனைவருக்கும் பொதுவானது. வேட்டைக் கருவிகளும் பொதுவானவை. வேட்டைக்குச் செல்லும் மக்களும் ஒரு குழுவாகவே சென்றார்கள். அதனால் வேட்டையில் கிடைத்த இறைச்சியைக் குழுவினர் அனைவரும் சமமாகப் பகிர்ந்துகொண்டார்கள்.

கானவன் வேட்டையாடிய முள்ளம் பன்றியின் இறைச்சியைக் கொடிச்சி தம் சிறுகுடியினருக்கு மகிழ்ச்சியுடன் பகுத்துக் கொடுத்ததைக்

> கானவன் எய்த முளவுமான் கொழுங்குறை
> தேம்கமழ் கதுப்பின் கொடிச்சி மகிழ்ந்துகொடு
> காந்தளம் சிறுகுடிப் பகுக்கும்
>
> (நற். 85: 8-10)

எனும் நற்றிணை பாடல் கூறுகிறது. இன்னுமொரு நற்றிணை பாடல் கொண்டும் இதனை அறியலாம்.

> .... கானவன்
> வில்லில் தந்த வெண்கோட்டு ஏற்றை
> புனையிருங் கதுப்பின் மனையோள் கெண்டிக்
> குடிமுறை பகுக்கும் நெடுமலை நாட
>
> (நற். 336: 3-6)

கானவர்கள் வேட்டையில் கொண்டுவந்த ஆண் பன்றியை அக்குறிஞ்சி நில மனையோள் தன் குடிமுறைக்குப் பகுத்துக் கொடுத்தாள் என்பதை இப்பாடல் கூறுகிறது.

முல்லைச் சமூகத்தின் இல்லத் தலைவி வீட்டில் இருந்த குறைந்த அளவுடைய தினையரிசியைச் சோறு சமைத்தாள். ஆனால் அதை உண்பதற்குக் காத்திருந்தோர் மிகப் பரவலாக இருந்தார்கள். இருந்தாலும் அனைவரையும் வீட்டு முற்றத்தில் இருந்த பந்தலின் கீழ் வரிசையாக உட்கார வைத்துச் சமைத்த உணவை அனைவருக்கும் முறையாகத் தந்து உண்ணச் செய்தாள். அவளது பகுத்துண்ணும் இனக்குழுப் பண்பை வியந்த முதுகூத்தனார் அவளை 'இற்பொலி மகடூஉ' என்று போற்றினார். கிடைக்கும் பொருள் எதுவாயினும் (வேட்டை, சமைத்த உணவு) அவற்றைப் பாதீடு செய்துகொள்ளும் கண சமூகத்தாராகப் பண்டைய குறிஞ்சி, முல்லை நில மக்கள் இருந்துள்ளனர்.

பண்டைய இனக்குழுச் சமூகத்தில் ஒருபடித்தான பாங்கும், சமூகச் சமவுடைமையும் மிகுந்திருந்ததால் அவர்களிடம் கூட்டுண்ணும் முறை இயல்பாக இருந்தது (குறுந். 331). இதனால்தான் வேடர்களின் இனக்குழு வாழ்க்கையை நன்கு அறிந்த பின்னர் புலவர் மரபினர் சிறுகுடி மன்றத்தைக் குறிப்பிடும்போது 'கூட்டுண்ணும் புல்லென் மன்றம்' (நற். 33) என்று குறிப்பிட்டுள்ளனர்.

வேட்டையாடி உணவு சேகரிக்கும் இனக்குழுச் சமூக வாழ்வில் சமூகப் பொதுவுடைமை மிக அதிகமாகக் காணப்பட்டதால் கிடைத்த உணவைப் பாதீடு செய்துகொண்டனர். இதனால் மட்டுமே உணவாதாரம் முழுமை பெறவில்லை. கிடைத்த பொருட்களைப் பண்டமாற்றம் செய்து உணவாதாரத்தை விரிவுபடுத்திக்கொண்டனர். அந்த வகையில் குறிஞ்சித் திணைக் குடியினர் அண்டைய சமூகத்தாரிடம் தம்மிடம் கிடைத்த பொருட்களைக் கொடுத்து வேண்டிய பொருட்களைப் பெற்றுள்ளனர் என்று தெரிகிறது.

வேட்டுவர் கொண்டு வந்த மானிறைச்சியைப் பெற்றுக் கொண்டு மருத நில உழவர் மகளிர் அதற்குப் பதிலியாக வெண்ணெல் கொடுத்ததைப் புறநானூறு பேசுகிறது.

யானையின் வெண்மையான தந்தங்களோடு கள்ளினையும் விற்று அவற்றிற்கு ஈடாக நெல்லைப் பெற்று வாழ்ந்ததை மாமூலனார் குறிப்பிடுகிறார்.

அண்ணல் யானை வெண்கோடு கொண்டு
நறவுநொடை நெல்லின் நாள்மகிழ் அயரும்

(அகம். 61: 9–10)

கொலைவில் வேட்டுவர் வேட்டையாடிய ஆமான் ஊணினையும் யானையின் தந்தத்தையும் கொடுத்துக் கடைத்தெருவில் கள்ளுண்டு களித்துள்ளனர் (பதி. 30: 10–14). மலையுச்சியில் கிடைக்கும் தேனையும் நிலத்தில் விளைந்து கிடக்கும் கிழங்குகளையும் அகழ்ந்து அவற்றை நெய்தல் நில மக்களிடம் கொடுத்துப் பதிலியாக மீனையும் மதுவையும் பெற்று மகிழ்ந்தனர்.

குறிஞ்சி நில மக்கள் இயற்கையோடு இயைந்தும் இயற்கையை நம்பியும் வாழ்ந்தவர்கள். அவர்கள் வாழ்வுக்கு ஆதாரமாக இருந்த இயற்கையைத் தெய்வமாகப் போற்றினார்கள்; அதற்குரிய ஓர் அறத்தையும் கொண்டிருந்தார்கள். அது பற்றிக் கலித்தொகை (39) கூறும் பாடல் வருமாறு:

சிறுகுடியீரே! சிறுகுடியீரே!
வள்ளி கீழ்வீழா வரைமிசைத் தேன்தொடா
கொல்லை குரல்வாங்கி ஈனா மலைவாழ்நர்
அல்ல புரிந்து ஒழுகலான் (கலி. 39: 11–14)

அல்லவை புரிந்து வாழ்ந்தால் மலையில் வாழும் நமக்குத் தேனும் கிழங்கும் கிடைக்காமல் போகும் எனும் அறம் சார்ந்த ஒரு தொன்மத்தைக் கலித்தொகை காட்டுகிறது.

வேட்டைச் சமூகத்தில் பகுத்துண்ணுதல் கூட்டுவாழ்வின் விழுமியமாக இருந்துள்ளது. இது ஓர் உலகளாவிய பண்பாகும். இது எல்லா வேட்டைச் சமூகங்களிலும் காணக்கூடியதாக உள்ளது. சங்க கால இனக்குழுச் சமூகத்தாரும் காட்டரண்களில் உள்ளவர்கள் அலறுமாறு ஆநிரைகளைக் கொன்று அவற்றைப் பெரிய கற்பாறையின் முடுக்கில் தசையை அறுத்துண்டனர் என்பதை அகநானூறு (97: 4–6) கூறுகிறது.

வேட்டுவச் சமூகத்தார் 'தொன்மைப் பொதுவுடைமை'யை மிகச் சிறப்பாகக் கொண்டிருக்கக்கூடியவர்கள் என்பது இனவரைவியல் கண்டறிந்துள்ள முடிவாகும். சங்ககால வேட்டுவக் குடியினரும் ஆதிப் பொதுவுடைமைப் பண்புகளைப் பெரிதும் கொண்டிருந்ததாக அறிய முடிகிறது.

வேட்டையில் கிடைத்த உடும்பின் இறைச்சியைக் குடியிருப்பில் உள்ள குடியினர் அனைவரும் கூறுபோட்டுப் பகிர்ந்துகொண்டதைப் புறநானூறு வழி அறிகிறோம்.

முளவுமாத் தொலைச்சிய முழுச்சொல் ஆடவர்
உடும்பிழுது அறுத்த ஒடுங்காழ்ப் படலைச்
சீறில் முன்றில் கூறு செய்திடுமார்
கொள்ளி வைத்த கொழுநிண நாற்றம் (புறம். 325: 6–9)

வேடர்கள் கூடி உண்ணுவதற்கென்றே சில மன்றங்களும் இருந்துள்ளதைப் 'புலம்பு கூட்டுண்ணும் புல்லென் மன்றத்து' *(நற்.33: 3)* எனும் அடி மூலம் அறியலாம்.

சங்க காலத்தில் குறிஞ்சி நில மக்கள் தேன், கிழங்கு, மான் இறைச்சி, மது போன்றவற்றைப் பிற திணை மக்களுக்குக் கொடுத்துத் தங்களுக்குத் தேவையான பொருட்களைப் பெற்றுக்கொண்டனர். இத்தகு 'பண்டமாற்றம்' இவர்களின் வாழ்வில் ஒரு கூறாக இருந்ததைச் சிறுபாணாற்றுப்படை *(150–153)*, பெரும்பாணாற்றுப்படை *(67–68)*, பொருநர் ஆற்றுப்படை *(214–217)* மூலமும் வேறு சில பாடல்கள் மூலமும் அறியமுடிகிறது. கடுங்கண்களைக் கொண்ட வேழத்தின் (யானை) கொம்புகளைக் கொடுத்து அதனால் வந்த பொருளைக் கொண்டு உணவுப் பொருட்களைப் பெற்றுக் கொண்டனர். இதனைக் குறுந்தொகை 'கடுங்கண் வேழத்துக் கோடு கொடுத்துண்ணும்' *(குறுந்.100: 4)* எனக் குறிப்பிடுகிறது.

புன்செய் விளைபொருட்களான வரகு, கொள் முதலானவற்றைக் கள்ளுக்கு விலையாகக் கொடுத்து வாங்கி உண்டுள்ளனர் *(பதிற். 75: 9–13)*

குறிஞ்சித் திணையில் காணப்பட்ட பண்டமாற்றம் என்பது 'தொடக்க நிலைப் பண்டமாற்றம்' அல்லது 'சிறிய அளவிலான பண்டமாற்றம்' எனலாம். முல்லைத் திணையில் ஏற்பட்ட பண்டமாற்றமே விரிவானதாகும். *(பண்பாட்டு மானிடவியல், பக்தவத்சல பாரதி, 2019).*

வன்புல உணவுப் பயிர்கள்

குறிஞ்சித் திணையிலேயே வன்புல விவசாயம் தோன்றி விட்டது. கானவர், கானக்குறவர், குன்றக்குறவர், கானுழுகுறவர் *(நற்.209: 2)* என அறியப்பட்ட குடியினர் 'புனம்', 'ஏனல்', 'துடவை', 'படப்பை' முதலான இடங்களில் காட்டை அழித்து எரித்துச் சாம்பலாக்கி உருவாக்கிய புனங்களில் தினை, வரகு, தோரை நெல், ஐவனநெல், வெண்சிறு கடுகு, பயறு, கொள், இஞ்சி, மஞ்சள், மிளகு, அவரை, எள், கூவைக் கிழங்கு, வள்ளிக்கிழங்கு, ஆசினிப் பலா முதலானவற்றைப் பயிரிட்டார்கள் *(குறுந்.105, 198, 214, 375, 392; நற்.125).*

கானுழு குறவர் பின்வருவனவற்றைப் பயிரிட்டு உண்டனர்.

> குறுங்கதிர்த் தோரை நெடுங்கால் ஐயவி
> ஐவன வெண்ணெலொ டரில்கொள்பு நீடி
> இஞ்சி, மஞ்சட் பைங்கறி பிறவும் (மதுரை. 287–289)

தினைப்புனத்தில் தினையோடு கலந்து பருத்தியையும் விளைவித்தனர் (மலைபடு.122–123). இது 'கலப்புப் பயிர்முறை'யாக உருவானது. தினைக் கதிர்களைக் கொய்த பின்னர் அடித்தாள் மட்டும் உள்ள புனத்தில் அவரையை விதைத்தனர் என்பதைச் 'சிறுதினை கொய்த விருவி வெண்காற், காய்த்த வவரைப் படுகிளி கடியும்' (ஐங். 286:1–2) எனும் அடிகள் குறிப்பிடுகின்றன.

இவ்வகைப் பயிரிடுதல் 'தொடர்ப் பயிர்முறை' எனலாம். தினைக் கதிர்களை அரிந்த பின்னர் அதனடியில் மீண்டும் கிளைத்துப் பயிராக வளர விடுவார்கள். அது 'மறுகால்' அல்லது 'மறுதாம்புப் பயிர்' எனப்பட்டது. இதனைப் 'பெரும்புனக் குறவன் சிறுதினை மறுகாற், கொழுங்கொடி அவரை பூக்கும் (குறுந். 82:4–6) எனும் குறுந்தொகைப் பாடலடிகள் மூலம் அறியலாம். தொடர்ப் பயிர் முறையாலும், கலப்புப் பயிர்முறையாலும், மறுகால் பயிர் முறையாலும் வன்புல வேளாண்மையின் உணவாதார அளவு பெருகியது. சில இடங்களில் பல்வேறு விதைகளைக் கலப்பாக விதைத்தனர் (நற். 209: 1–3). காடு கொன்று திருத்தித் தினைக் கொல்லையை விரிவுபடுத்தினார்கள். வேலி போட்டுப் பயிரைப் பாதுகாத்தனர் (நற். 209). ஐவன நெல் நிலத்தில் தானாக முளைத்த மலைமல்லி, கற்றாழை முதலானவற்றைக் களையெடுத்தார்கள் (குறுந்.100: 1–2, 392: 4–5).

வன்புல வேளாண்மையில் தினைப்புனம் காத்தல் முக்கியமான வேலையாக இருந்தது. விளைந்த பயிர்களைத் தின்ன வந்த விலங்குகள், பறவையினங்களைப் பகலில் பெண்கள் பரண் (குறும்படை) அமைத்துக் காத்தனர் (கலி.41). தட்டை, குளிர், தழல், முறி, பறை முதலான கருவிகளை அடித்துக் காத்தனர் (அகம். 388; ஐங். 29). இரவில் ஆண்கள் தீப்பந்தம் ஏந்திப் புனங்களைக் காத்தனர் (அகம். 94).

வேட்டையாடுதல், தினைப்புன விவசாயம் ஆகியவற்றோடு கூவைக்கிழங்கு (மலைபடு.105–144), கவலைக்கிழங்கு, வள்ளிக்கிழங்கு, மிளகு (பதிற்.76), ஆரம் (அகம். 149), அகில் (பட்டின.188), ஐயவி, இஞ்சி, தோரை, வாழை, மூங்கில் நெல், நாவல்கனி முதலான வற்றைச் சேகரித்து உண்டனர். காட்டில் கிடைத்த மாவடுகளைச் சேகரித்துப் பாதுகாத்தனர்.

மலையருவி ஊற்றும் இடங்களில் ஐவனம் (மலை நெல்) விதைத்து, களையெடுத்து, அறுவடை செய்தனர். இதனைக் குறுந்தொகை

> அருவிப் பரப்பின் ஐவனம் வித்திப்
> பருஇலைக் குளவியொடு பசுமரல் கட்கும் (குறுந்.100: 1–2)

என வர்ணிக்கிறது.

சமூக அமைப்பும் உணவாதாரமும்

உணவு சேகரிக்கும் சமூகங்களில் காணப்படும் இரண்டு முறைகளைப் புரிந்துகொள்ள வேண்டுமென்பார் உட்பர்ன் (Woodburn,1982). பொருளியல் முறையையும் சமூக அமைப்பையும் முன்வைத்து இவ்விரு வகைகளை அவர் இனங்காண்கிறார். அவை:

1. உடனடியாகப் பலனைப் பெறும் முறை
2. தாமதமாகப் பலனைப் பெறும் முறை

இவ்விரண்டு சமூகத்திலும் பொருளாதார முறையும் சமூக அமைப்பும் ஒன்றையொன்று சார்ந்தே அசைவியக்கம் பெறுகின்றன. அதாவது, உடனடிப் பலன் பெறுவதற்கான பொருளாதார முறையைக் கொண்ட சமூகத்தில் உடனடிப் பலன் பெறுவதற்கேற்ற சமூக அமைப்பு இருக்கும். அவ்வாறே, தாமதமாகப் பலன் பெறும் பொருளாதார முறையைக் கொண்ட சமூகங்களில் தாமதமாகப் பலன் பெறும் சமூக அமைப்பு இருக்கும்.

உலகளாவிய நிலையில் பார்க்கும்போது எண்ணற்ற உணவு சேகரிக்கும் குடிகளிடம் இந்த இருவேறு வகையான சமூக, பொருளாதார முறைகள் காணப்படுகின்றன.

உடனடிப் பலனைப் பெறும் முறையைக் கொண்ட உணவு தேடி அலையும் சமூகத்தார் பொதுவாக நிலையான வாழிடத்தைக் கொண்டிருப்பதில்லை. பருவ காலத்திற்கேற்பவோ உணவுப் பொருட்கள் கிடைக்கும் சூழலுக்கேற்பவோ தங்கள் தங்குமிடத்தை மாற்றி அமைத்துக்கொள்வர். இத்தகு தற்காலிக இடங்களை ஏற்படுத்திக்கொண்டு உணவுப் பொருட்கள் சேகரித்தபின் மீண்டும் தங்கள் பழைய இடத்திற்கே திரும்பும் சமூகங்கள் மிகக் குறைவு எனலாம்.

அடுத்ததாக, உடனடிப் பலனைப் பெறும் சமூக அமைப்பில் உணவு ஆதாரத்தைச் சேமிக்கும் பழக்கம் கொண்டிருப்பதில்லை. கிடைப்பவற்றை அவ்வப்போது செலவு செய்துவிடுவர். வேட்டையில் கிடைப்பவற்றைக் குடியிருப்பில் இருப்போர் அனைவரும் பகிர்ந்து கொள்வர். உணவுப் பொருட்களைப் பாதீடு செய்தல் என்பது சேமிப்பை ஊக்கப்படுத்தாத ஒரு பொருளியல் கூறு ஆகும். இது உணவு சேகரிக்கும் தொல்குடிகளிடம் காணப்பட்ட (இன்றும் காணப்படுகின்ற) ஒன்றாகும்.

தாமதமாகப் பலன் பெறும் சமூகத்தில் வாழிடம் நிலையானதாக இருக்கும். அதனால்தான் இன்றைய இனவரைவியலர்கள் இத்தன்மை கொண்டவர்களை 'ஓரிடம்

வாழும் உணவு சேகரிப்பாளர்கள்' என்பார்கள். இத்தகு சமூகத்தில் உணவு ஆதாரம் விரிவு பெறுவதோடு அந்த ஆதாரம் ஓரளவு நிலையானதாக இருக்குமாறு அமைக்கப்படுகிறது. வேட்டையாடுதலோடு, உணவுப் பொருட்கள் சேகரிப்பும், தொடக்க நிலைக்குரிய எளிய விவசாயமும் செய்வர். இது காட்டெரிப்பு வேளாண்மையாகவோ மலைச்சரிவு விவசாயமாகவோ இருக்கும். ஆக, வேட்டையாடுதல், காடுபடு பொருட்களைச் சேகரித்தல், மலை விவசாயம் செய்தல் ஆகிய மூன்றும் உணவு ஆதாரத்திற்கு அடிப்படையாக அமைகின்றன.

இவ்வகை உணவு ஆதாரம் கொண்ட முறையில் (தாமதமாகப் பலன் பெறும் சமூகம்) ஓரிடம் வாழ்தலும் சேமித்தலும் காணப்படும். உணவு தேடி தொடர்ந்து அலையும் நிலையிலிருந்து மாறி ஓரிடம் தங்கி உணவு தேடுதல் என்ற ஒரு புதிய கூறு இங்குத் தோன்றுகிறது. அடுத்து, காடுபடு பொருட்களையும் (குறிப்பாகக் கொட்டைகள், கிழங்குகள், தேன்), மலை விவசாயத்தில் கிடைத்த விளைபொருட்களையும் அடுத்த பருவத்திற்காகச் சேமிக்கும் நுட்பத்தையும் கொண்டிருப்பார்கள்.

தாமதமாகப் பலன் பெறும் சமூக ஏற்பாட்டைக் கொண்ட இச்சமூகங்களில் இன்னும் பல பண்பாட்டுப் பொருண்மைகள் வெளிப்படுகின்றன. அவையாவன: 1. வலுவான உறவுமுறை அமைப்பு, 2. நீண்ட காலகட்டத்திற்குச் சொந்தம் வேண்டுமென்ற மணவழி உறவுமுறை, பெண் கொடுத்தால் உடனடியாக இல்லாவிட்டாலும் பிறிதொரு தலைமுறையில் மீண்டும் பெண் எடுக்க முடியும் என்ற கொண்டு–கொடுத்தல் சார்ந்ததோர் எதிர்பார்ப்பு. 3. விரிவான இறப்புச் சடங்குகளைச் செய்தல், இறந்தோரின் ஆவிகளை வழிபடுதல், இவர்களின் துணையால் வேட்டை, விவசாயம், குடும்பநலன் ஆகியவற்றில் பலன் கிடைக்கும் என்ற எதிர்பார்ப்பு.

இவையாவும் தாமதமாகப் பலன் பெறும் முறையைக் கொண்ட சமூகத்தின் வெளிப்பாடுகளாகும். எதிர்பார்ப்புகளை வளர்த்துக்கொண்டுள்ள சமூகத்தில் தாமதமாகப் பலன் பெரும் முறைகள் இன்னும் சில நிலைகளிலும் காணப்படும்.

சங்ககால இனக்குழுச் சமூகத்தவர்கள் பலரும் தாமதமாகப் பலன் பெறும் சமூக–பொருளாதார முறையைக் கொண்டவர்கள் எனலாம் (பக்தவத்சல பாரதி 2007:94). வேட்டையாடுதலையும், காடுபடு பொருட்கள் சேகரித்தலையும், சிறிய அளவு கால்நடைகளை வளர்த்தலையும், எளிய மலை வேளாண்மையை யும் கொண்ட பல தொல்குடியினர் இவ்வகையில் அடங்குவர்.

குறிஞ்சியில் உணவுமுறை

மனிதகுல வரலாற்றில் தோன்றிய ஆதி வாழ்க்கை முறை வேட்டையாடி உணவு சேகரித்தலாகும். இதனைச் சங்ககாலக் குறிஞ்சித் திணையின் வாழ்வு முறையில் காணமுடிகிறது. ஆதியில் வேட்டுவர்கள் நெருப்பைக் கண்டுபிடிக்கும் முன்னர் இறைச்சியைப் பச்சையாக, சமைக்காமல் உண்டனர். இதனைச் சங்க இலக்கியம் பதிவு செய்துள்ளது.

பச்சூன் தின்று பைந்நிணப் பெருத்த
எச்சில் ஈர்ங்கை விற்புறம் திமிரிப்
புலம் புக் கனனே புல்குணற் காளை
ஒருமுறை உண்ணா அளவைப் பெருநிரை
ஊர்ப்புறம் நிறையத் தருகுவன் (புறம். 258: 3–8)

எனும் புறநானூற்றுப் பாடல் போர் முனைக்குச் செல்லும் வேகத்தில் வீரன் பச்சை ஊனைத் தின்று, கள்ளை மாந்தி, கையை வில்லில் துடைத்துக்கொண்டு சென்றான் என்கிறது. அவசர காலங்களில் சிலவகை இறைச்சிகளைப் பச்சையாக உண்ணும் பழக்கம் ஆதி நாளில் பின்பற்றப்பட்ட நடைமுறையின் தொடர்ச்சி எனலாம்.

புலால் நாற்றம் வீசும் பச்சை இறைச்சியைப் பூநாற்றம் உடைய புகையையூட்டி உண்ணப்பட்டதைப்

புலவு நாற்றத்த பைந்தடி
பூநாற்றத்த புகைகொளீஇ ஊன்துவை
கறிசோறு உண்டு.................. (புறம்.14: 12–14)

எனப் புறநானூறு குறிப்பிடுகிறது.

பச்சூன் என்பது பசுமை மாறாத ஊன் என்பதாகும். எவ்வகை மாற்றமும் அடையாத சமைக்காத பச்சை இறைச்சியே பச்சூன் என்பதைப் பெரும்பாணாற்றுப்படை ‘பச்சூன் பெய்த சுவல்பிணி பைந்தோல், கோள்வல் பாண்மகனே *(பெரும்பாண். 283–284)* என்கிறது.

காடுகளில் இயற்கையாக எழும் காட்டுத் தீயில் வேட்டையாடிய விலங்குகளை இட்டுப் புகை நாறாமல் வக்கி (வதக்கி) அவற்றின் மயிர்போகச் சீவிவிட்டு இறைச்சியை உண்பதும் வழக்கமாய் இருந்தது. மலைபடுகடாஅம் இதனை

முளிகழை இழந்த காடுபடு தீயின்
நளிபுகை கமழாது இறாயினர் மிசைந்து
(மலைபடு. 248–249)

எனப் பதிவிட்டுள்ளது. இயற்கையாக ஏற்பட்ட இந்தக் காட்டுத் தீயே ஆதி மனிதனை நெருப்பு கண்டுபிடிக்கவும், நெருப்பில் சுட்டுத் தின்னவும் தூண்டியது. சங்க இலக்கியம் இதனை மிக நுட்பமாகப் பதிவு செய்துள்ளதை எண்ணி வியப்படைய வேண்டியிருக்கிறது.

ஆதி மனிதனின் மிகச் சிறந்த கண்டுபிடிப்பு நெருப்பு. இது சமைத்தலுக்கும் மற்ற மற்ற நாகரிக வளர்ச்சிக்கும் வழிகோலியது. குறிஞ்சித் திணை மக்கள் ஆதியில் உடும்பு, பன்றி, மான், காட்டுப் பறவைகள் முதலானவற்றைச் சுடும் பாறையின் மேல் போட்டு இயற்கையான சூட்டில் வேகவைத்து உண்டனர். இதுவே சமைத்தலின் ஆரம்பம்.

இதன் பின்னரே நெருப்பில் சுட்டுத் திண்ணும் முறையை உருவாக்கினார்கள். ‘முயல்சுட்ட ஆயினும் தருகுவேம்’ (புறம். 319: 8) என்கிறது புறநானூறு.

வேட்டையாடிக் கொண்டு வந்த உடும்பின் தசையைத் தீயில் இட்டுச் சுட்டுப் பகிர்ந்துண்டதையும் புறநானூறு (325) விளக்குகிறது.

உடும்பிழு தறுத்த வொடுங்காழ்ப் படலைச்
சீறில் முன்றில் கூறுசெய் திடுமார்
கொள்ளி வைத்த கொழுநிண நாற்றம் (புறம். 325)

நள்ளி எனும் வேட்டைத் தலைவன் தன் காட்டில் பசியோடு வந்தவர்களுக்குத் தன் பெயரையும் ஊரையும் வெளிப்படுத்தாமல் தான் வேட்டையாடிய மான் இறைச்சியைத் தானே தீயில் விரைவாகச் சுட்டுத் தந்து உண்ணச் செய்ததைப் புறநானூறு (150) வர்ணிக்கிறது.

அடுத்த கட்டத்தில் இறைச்சியை நெய்யில் இட்டுப் பொறித்தும், சூட்டுக்கோலில் கோர்த்துத் தீயில் சுட்டும் உண்டனர். நெய்யில் பொறித்த இறைச்சியை வேவை (மலைபடு.168), வறை (பெரும்பாண்.132), வாட்டு (பெரும்பாண்.256), செதுக்கண் (புறம்.261:9), குறை (பதிற்.12:16) என வழங்கினர். காயவைத்த உப்புக்கண்டத்தைச் சுட்டுத் தின்றனர் (பட்டின.63). இதற்கடுத்து இறைச்சியை வேகவைத்துச் சமைத்தனர். இதனைச் சூடு, சூட்டு என்றனர் (புறம். 34; அகம். 237; பட்டின. 63; நற். 83; பெரும்பாண். 282.)

பிட்டங்கொற்றன் ஆண்ட குதிரை மலைநாட்டுக் குறவர்கள் பன்றி கிளரிய இடத்தில் விளைவித்த தினையோடு, பால் கலந்து, மான் கறியை இட்டு வேக வைத்து உண்டனர் (புறம்.168). குறிஞ்சியில் இயற்கையாகப் பாறையில் வாட்டுவதும், தீயிட்டுச் சுடுவதும் முதன்மையானதாக இருந்தாலும், அதன் பின்னர் வேகவைத்தலும் சமைத்தலும் தோன்றியதைக் காணமுடிகிறது.

உமணர்கள் காட்டு வழியாகச் சென்றபோது சமைத்த கல் அடுப்பில் அங்கிருந்த வேடர்கள் இறைச்சியைப் புழுக்கி (அவித்து) உண்டார்கள் என்பதை 'உமண்சாத்து இறந்த ஒழிகல் அடுப்பில், நோன்சிலை மழவர் ஊன் புழுக்கு அயரும்' அகநானூறு (119: 8–9) சொல்கிறது.

அருவியில் அடித்து வரப்பட்ட பலாப்பழத்தின் கொட்டைகளை இடித்துத் தயாரித்த மாவையும், கடமான் கறி, முள்ளம்பன்றிக் கறி ஆகியவற்றையும் கலந்து சமைத்து, மூங்கில் அரிசிச் சோற்றையும், புளி கலந்த மோரையும் குறமகள் பரிமாறினாள் (ராஜ் கௌதமன் 2006:213).

சிறுவர்கள் வேட்டையாடி வந்த உடும்பின் தசையை இல்லறப் பெண் ஒருத்தி தயிருடன் சமைத்துப் பாணருக்கும் அவரோடு வந்த ஏனைய விருந்தினர்களுக்கும் விருந்தோம்பியதைப் புறநானூறு பேசுகிறது.

வேட்டச் சிறாஅர் சேட்புலம் படராது
படமடைக் கொண்ட குறுந்தாள் உடும்பின்
விழுக்குநிணம் பெய்த தயிர்க்கண் மிதவை
யாணர் நல்லவை பாணரொ டொராங்கு
வருவிருந் தயரும் விருப்பினள் (புறம். 326)

இதைப் போன்றதொரு செய்தியைப் பெரும்பாணாற்றுப்படையிலும் (131–133) காணமுடிகிறது.

எயினப் பெண் தம் இருப்பிடம் நோக்கி வந்த பாணர்களுக்கு உடும்பின் கறியைச் சமைத்து உபசரித்தாள்.

சங்ககால மக்கள் உணவின் சுகாதாரம் பற்றியும் சிந்தித்துள்ளனர். உணவு வகைகளை மூடி வைத்துப் பாதுகாப்பதும், அவற்றைக்கையில்தொடாதுகருவிகள்கொண்டுபயன்படுத்தியதும் 'திறந்து மறந்த கூட்டு முதல், முகந்துகொள்ளும் உணவு' எனப் புறநானூற்றில் (396) இடம்பெற்றுள்ளது.

குறிஞ்சித் திணை மக்கள் இயற்கை உணவைப் பெரிதும் நம்பியிருந்தார்கள். சமைக்காத உணவையும் அவர்கள் சார்ந்திருந்தார்கள். மரத்திலிருந்து தானாக வீழ்ந்த பலாவின் சுளையை மேலும் சுவையூட்டி உண்ணும் பொருட்டுத் தேனிறாலைச் சிதைத்துத் தேனில் நனைத்து உண்டனர். இதனை ஐங்குறுநூற்றின் பாடலொன்று (214: 1–3) விவரிக்கிறது.

பலாப்பழம் அன்றி அதன் பிஞ்சினையும் உண்டனர் என்பதை 'அத்தப் பலவின் வெயில்தின் சிறுகாய், அருஞ்சுரஞ் செல்வோர் அருந்தினர் கழியும்' (ஐங். 351: 1–2) எனும் ஐங்குறுநூறு பாடலடிகள் கூறுகின்றன.

பாலில் தினை அரிசியோடு மான்கறியைக் கலந்து சமைத்தனர். இதனை வாழை இலையில் பகுத்துண்டனர்.

மறையான் கறந்த நுரைகொள் தீம்பால்
மான்தடி புழுக்கிய புலவுநாறு குழிசி
....
செழுங்கோள் வாழை அகல்இலைப் பகுக்கும்
(புறம். 168: 8–13)

எனும் புறநானூறு பாடலடிகள் காட்டுகின்றன.

கானவன் கொன்ற முள்ளம்பன்றிக் கறியை அவனுடைய கொடிச்சி கிழங்கோடு அவர்கள் வாழும் சிறுகுடிக் குறவர் குடும்பங்களுக்குப் பகிர்ந்தளித்தாள் என்பதை நற்றிணைப் பாடல் (85: 8–10) குறிப்பிடுகிறது.

குறவர்களின் உணவில் தினைமாவு முக்கிய இடம் பெற்றிருந்தது. குறமகள் மென்தினையின் மாவினை உண்டபடி தட்டையை அடித்து ஐவன நெற்பயிரைக் காவல் காத்தாள் என்கிறது ஐங்குறுநூறு (285: 1–3).

புளியைக் கலந்து சமைத்த வெஞ்சோற்றை விரும்பி உண்டனர். இதை,

எயிற்றியர் அட்ட இன்புளி வெஞ்சோறு
தேமா மேனிச் சில்வளை ஆயமொடு
ஆமான் சூட்டின அமைவரப் பெறுகுவிர்
(சிறுபாண். 175–177)

என்கிறது சிறுபாணாற்றுப்படை.

சுருக்கமாகக் கூறவேண்டுமானால் குறிஞ்சியில் வரகு, தினை, ஐவன நெல், எள், அவரை, மூங்கில் அரிசி, ஐயவி, இஞ்சி, கவலைக் கிழங்கு, கூவைக் கிழங்கு, வள்ளிக் கிழங்கு, தேமா, ஆசினிப்பலா, வாழை, நாவல், தேன் முதலானவை கிடைத்தன. இவற்றைப் பல்வேறு பண்டங்களாகத் தயாரித்து உண்டனர். முள்ளம்பன்றிக் குழம்பும் உடும்புக்கறி வறுவலும் செய்தனர்.

கொடுவில் எயினக் குறும்பில் சேப்பின்
....
ஞமலி தந்த மனவுச்சூல் உடும்பின்
வறைகால் யாத்தது வயின்தொறும் பெறுகுவீர்
(பெரும்பாண். 129–133)

அவரை வான் புழுக்கு ('வெஜிடபிள் பிரியாணி') 'அவரை வான் புழுக்கட்டிப் பயில்வுற்று, இன்சுவை மூரல் பெறுகுவிர்' (பெரும்பாண். 192–196),

அட்ட வாடூண் புழுக்கல் ('பிரியாணி') (பெரும்பாண். 94–100)

இரண்டும் தயாரிக்கப்பட்டன. பாலும் பொரியும் கலந்து தின்னும் வழக்கம் குறிஞ்சி, பாலைத் திணை மக்களுடன் இருந்துள்ளது. செம்பொன்னால் செய்யப்பெற்ற பாத்திரத்தில் பால், பொரி இட்டுத் தின்றுள்ளனர். *'செம்பொற் புனைகலத்து அம்பொரிக் கலந்த, பாலும் பலஎன உண்ணாள்' (குறுந். 356:6–8).*

தலைவனுடன் உடன்போக்கில் சென்றதால் பால், பொரி வேண்டாமெனக் குறுந்தொடி உணர்த்தியதை இப்பாடல் குறிப்பிடுகிறது. இன்னொரு சூழலில் உடன்போக்கில் சென்ற தன் குறுமகள் பற்றித் தாய் வருந்தியபோது, தேனொடு கலந்த தீம்பாலைக் கூட ஊட்ட முயலும்போது மறுப்பவள் இப்போது தனியாகச் சென்றுவிட்டாளே, என்ன உண்பாளோ என்று வேதனைப்படுகிறாள். இச்சூழலை *'யானுந் தாயும் மடுப்பத் தேனொடு, தீம்பால் உண்ணாள் வீங்குவனள் விம்மி' (நற். 179: 5–6)* என்கிறது நற்றிணைப் பாடலடிகள்.

குறிஞ்சியில் முக்கிய உணவு வகைகள்

குறிஞ்சி நில மக்கள் பின்வரும் பல்வேறு வகையான அடிசில்களைச் செய்தனர்.

வேட்டுவர்கள் நெருப்பைக் கண்டுபிடிக்கும் முன்னர்ப் பச்சூன் (பச்சை ஊன்) உண்டனர் (புறம். 258).

காட்டில் எழுந்த இயற்கையான தீயில் புகை நாறாமல் வக்கி (வதக்கி), விலங்கின் மயிர்போகச் சீவி இறைச்சியை உண்டனர் (மலைபடு. 247–250; புறம். 14).

இதன் பின்னர் நெருப்பில் சுட்டுத் தின்னும் முறையை உருவாக்கினார்கள் (புறம். 150, 319, 325).

சூடான பாறையின் மேல் இறைச்சியை இட்டு வாட்டி உண்டனர் (ஐங். 210). காட்டுத்தீயும் பாறையின் சூடும் நெருப்பைக் கொடுக்கும் தீக்கடைக் கோலைக் (புறம். 315) கண்டுபிடிக்க உதவின.

அடுத்த கட்டத்தில் இறைச்சியை நெய்யில் இட்டுப் பொரித்து உண்டனர் (மலைபடு. 168). நெய்யில் பொரித்த இறைச்சியை 'வேவை' (மலைபடு. 168), 'வறை' (பெரும்பாண். 132), 'வாட்டு' (பெரும்பாண். 256), செதுக்கண் (புறம். 261), 'குறை' (நற்.85: 8) என்றெல்லாம் அழைத்தனர்.

இறைச்சியைச் சூட்டுக்கோலில் கோர்த்துத் தீயில் சுட்டு உண்டனர் (பொருநர். 103–108).

உபரியாக இருந்த இறைச்சியை உப்புக்கண்டமாக்கிப் பின்னர் தேவைப்படும்போது சுட்டுத் தின்றனர் (பட்டின. 63).

குதிரை மலைநாட்டுக் குறவர்கள் தினையோடு பால் கலந்து மான் கறியை இட்டு வேகவைத்து அதனை வாழை இலையில் வைத்து உண்டனர் (புறம். 168).

உமணர்கள் காட்டு வழியாகச் சென்றபோது சமைத்த கல் அடுப்பில் அங்கிருந்த வேடர்கள் இறைச்சியைப் புழுக்கி (அவித்தல்) உண்டார்கள் (அகம். 119).

மலையிடத்தில் உள்ள தேன் அடைகளை எடுத்து வந்து தேன் சேகரிப்பர் (அகம். 78: 7, 322: 12). பலவகையான இனிய பழங்களையும் சேகரித்து உண்பர் (மலைபடு. 292).

இரவுக் காலத்தில் வந்த விருந்தினர்க்கு நெய்யைத் துழாவிக் கொழுவிய தசைக்கறியினைச் சமைத்து விருந்தோம்பினர் (நற். 41: 6–8).

குறிஞ்சியில் சிறுதினை (நற். 25), கருத்தினை (நற். 108), செந்தினை (குறுந். 198) முதலியன விளைந்தன. இத்தினை வகைகளை மக்கள் சமைத்துண்டனர். வரகும் (புறம். 500) முக்கிய உணவுப் பயிராக விளைவிக்கப்பட்டது.

உடும்பின் தசையைத் தயிருடன் சமைத்துப் பாணருக்கு விருந்தோம்பினர் (புறம். 326).

குறிஞ்சித் திணை மக்கள் வரகரிசியும் அவரையும் சேர்த்து 'அவரை வான் புழுக்கு' (வெஜிடபிள் பிரியாணி) சமைத்துண்டனர் (பெரும்பாண். 195).

கானவன் கொன்ற முள்ளம்பன்றிக் கறியுடன் கிழங்கையும் சேர்த்துக் கொடிச்சி சிறுகுடியினருக்குப் பகிர்ந்தளித்தாள் (நற். 85).

எலியும் ஆடும் உணவாகக் கொள்ளப்பட்டன (நற். 83).

சந்தன விறகில் ஊன் சோற்றைச் சமைத்துண்டனர் (அகம். 172).

வசதி படைத்த வீடுகளில் மிடாஅ எனும் பெரிய பானைகளில் நிணம் ஒழுகும் நெய்மிக்க உணவு சமைத்து விருந்தளித்தனர் (குறிஞ்சி. 201–210).

தினைச்சோறுடன் நெய்யில் வெந்த பருத்த இறைச்சித் துண்டுகள் 'வேவை' எனும் பொறியலுடன் உணவாகக் கொள்ளப்பட்டன (மலைபடு. 168–169).

புற்றிலிருந்து திரட்டப்பட்ட ஈசலுடன் புளி வெஞ்சோறும் பசுவின் வெண்ணெயும் உருக உருக உண்ணப்பட்டது (அகம். 394).

குறவர் உணவில் பயறு (ஐங். 47), உழுந்து, எள், இஞ்சி, மஞ்சள், மிளகு, சேம்பு, நெல்லிக்காய் முதலானவையும் இடம் பெற்றிருந்தன (ஐங். 214, 381; மதுரை. 286; மலைபடு. 342-343). பலாப்பழம் அன்றி அதன் பிஞ்சினையும் உண்டனர் (ஐங். 351; நற். 85; கலி. 39).

சங்ககால மக்கள் உணவின் சுகாதாரம் பற்றியும் அறிந்திருந்தனர். உணவை மூடி வைத்தும், பாதுகாத்தும், கையில் தொடாமலும் பயன்படுத்தினர்.

திறந்து மறந்து கூட்டு முதல்
முகந்து கொள்ளும் உணவு என்கோ   (புறம். 396: 19-20)

புளியைக் கலந்து சமைக்கும் முறையை அறிந்திருந்தனர் (சிறுபாண். 175-177).

மதுவை மூங்கிற் குழாய்களில் இட்டு வைத்து அது நன்கு விளைந்து பக்குவமான பின்னர்க் குடித்து மகிழ்வார்கள். வேறு சில முறைகளிலும் மதுவைத் தயாரித்துக் குடிப்பார்கள் (முருகு. 95; நற். 276).

பரிசிலர்க்கு உணவு தர இயலாதபோது சீறூர் மன்னர்கள் யாழையும் வாளையும் பணயம் வைத்து வரகைப் பிறரிடம் கடன் பெற்றனர் (புறம். 316, 327).

உணவுப் பொருள்களைக் கைமாற்றாகப் பெற்ற நிலை இருந்தது (புறம். 163: 3-7). இது 'குறியெதிர்ப்பு' என இலக்கியங்களில் பதிவாகியுள்ளது.

வரகு விளைந்த பின்னர் கடன் கொடுத்தவர் (கடவர்) மீள வரகை வாங்கிச் சென்றதையும் காணமுடிகிறது (புறம். 327: 1-7).

செம்புற்று ஈயலை மோருடன் சேர்த்துத் தயாரித்த புளிக்கறியை உண்டனர் (புறம். 119).

சுருக்கமாகக் கூறவேண்டுமானால் குறிஞ்சியில் வரகு, தினை, ஐவன நெல், மூங்கிலரிசி, அல்லியரிசி, உழுந்து, எள், அவரை, இஞ்சி, கவலைக் கிழங்கு, கூவைக் கிழங்கு, வள்ளிக் கிழங்கு, தேமா, நெல்லிக்காய், ஆசனிப் பலா, வாழை, நாவல், தேன், மது முதலானவற்றைப் பல்வேறு பண்டங்களாகத் தயாரித்து உண்டனர்.

பின்னுரை

குறிஞ்சியில் வாழ்வு 'அன்றாடம் காட்சி' சார்ந்ததாக இருந்தது. ஒவ்வொரு நாளும் தேவையான உணவாதாரத்தை ஈட்டுதலே அங்குப் பிரதானம். அன்றன்றைக்கான இரை தேடுதலை 'நாள் இரை' (குறுந். 364: 2; ஐங். 63: 2) எனக் கூறினர். இதுவே

வேட்டுவப் பொருளாதாரத்தின் அடிப்படைப் பண்பாகும். பெரும்பாலான குறிஞ்சித் திணைக் குடிகள் பிழைப்பிற்கு மட்டும் உணவு ஆதாரங்களைத் தேடும் பாரம்பரியப் பொருளாதார முறையினைக் கொண்டிருந்தனர். பாரம்பரியத் தொழிலான வேட்டையாடுதல், காட்டுப் பொருட்களைச் சேகரித்தல் ஆகிய இரண்டையும் விட்டு விடவில்லை. எனினும் சில குடிகளிடம் இதன் அளவு குறைந்திருந்தது. எனினும், உபரியை நாடியதில்லை. ஆனால் தோட்டப் பயிரிடுதல், சிறிய அளவில் கால்நடைகளை வளர்த்தல், காட்டுப் பொருட்களை மற்றவர்களிடம் பண்டமாற்றம் செய்தல் அல்லது பணத்திற்கு விற்றல், கூலி வேலையில் ஈடுபடுதல் ஆகியவற்றைச் செய்துவந்தனர்.

இதனால் இன்று இவர்களின் பொருளாதாரம் ஒரு விரிவான கலப்புப் பொருளாதாரமாக உள்ளது. கலப்புப் பொருளாதாரம் வாழ்வாதாரத்திற்குப் பன்முகத் தன்மை யுடைய ஒரு தகவமைப்பாகும். வாழ்வியல் நெருக்கடிகளைச் சமாளிப்பதற்கான ஓர் ஏற்பாடாகும்.

குறிஞ்சி நிலத்தார் பேணிய அறம் நம்மை ஈர்க்கிறது. வேட்டைக்குச் சென்ற வேட்டுவர்கள் காட்டில் கல்லெறிந்து விலங்குகளைக் கலைப்பார்கள். அப்போது தன் கூட்டத்திலிருந்து பிரிந்து எதிர்ப்படும் பெண் மானை அவர்கள் கொல்வதில்லை. சூல் தரிக்கும் இயல்புடைய பெண்ணைக் கொல்லாது விடுக்கும் கானவர் அறன் தன்னிகரற்றது. இதனைக் குறுந்தொகை பின்வருமாறு பேசுகிறது.

வில்லுடை வீளையர் கல்இடுபு எடுத்த
நனந்தலைக் கானத்து இனம்தலைப் பிரிந்த
புன்கண் மடமான் நோ்படத் தன்னையா்
சிலைமாண் கடுவிசைக் கலைநிறத்து அழுத்தி

(குறுந். 272: 2–5)

சுருக்கமாகச் சொல்ல வேண்டுமானால் குறிஞ்சித் திணைக் குடியினர் வேட்டையாடுதல், உணவு சேகரித்தல், வன்புலத்தில் பயிர் செய்தல் ஆகிய பூர்வகால நிலைக்கு மேல் தங்களை வளர்த்துக் கொள்ளவில்லை. விலங்காண்டி நிலையிலிருந்து காட்டாண்டியாக மட்டுமே மாற்றிக்கொண்டனர். கூட்டு வேட்டை, பாதீடு, பண்டமாற்றம் முதலான புராதனப் பண்புகளைத் தொடர்ந்து பேணி வந்தார்கள்.

2

காடு சார்ந்த உணவாதாரம்

திணை

காடும் காடு சார்ந்த இடமும் 'முல்லை' எனப்பட்டது. காட்டை ஒட்டியே ஆயர் சமூகத்தினர் வாழ்ந்தனர். அதனால்தான் ஆயர்கள் 'காடுறை இடையன்' எனப்பட்டனர். இவர்கள் வாழ்ந்த காட்டுப் பகுதிகள் 'முல்லை' (ஐங்.489: 2) 'புறவு' (சிறுபாண்.169), 'வன்புலம்' (நற்.59: 6) என்றெல்லாம் குறிக்கப்பெற்றன. மேய்ச்சல் நிலம் 'விடுநிலம்' எனப்பட்டது.

முல்லைத் திணையில் பயிரிடாமல் விடப்பட்ட தரிசு நிலம் 'கொல்லை' (அகம்.89: 17) என்றும், மரங்கள் அடர்ந்த முல்லைப் பகுதி 'புறவு' (சிறுபாண்.169), 'கானம்' (குறுந்.21: 4) என்றும் அழைக்கப்பட்டன. முல்லைத் திணையில் விவசாயம் ஏற்பட்ட காலத்தில் மரங்களை அழித்து விளைநிலமாக்கப்பட்ட புதிய புனமானது 'இதை' (அகம்.394: 3) என்றும், பழைய விளைநிலம் 'முதை புனம்' (குறுந்.105: 1) என்றும் அழைக்கப்பட்டன.

மக்கள்

முல்லைத் திணையில் அண்டர் (குறுந்.117: 3), ஆயர் (கலி.102: 30), இடையர் (நற்.169: 9), குடவர் (அகம்.393: 16), கோவலர் (ஐங்.439: 2), பூழியர் (பதிற்.21: 24), பொதுவர் (கலி.102: 37) முதலான குடியினர் வாழ்ந்தனர். இவர்களில் ஆயர்கள் பின்வரும் மூன்று வகையினங்களாகப் பாகுபட்டிருந்தனர்.

1. புல்லினத்தாயர் (ஆடு வளர்த்தோர் – கலி. 111: 5, 113: 7)
2. கோவினத்தாயர் (பசு வளர்த்தோர் – கலி. 103: 37, 107: 3)
3. கோட்டினத்தாயர் (எருமை வளர்த்தோர் – கலி. 105: 58)

முல்லை உணவாதாரம்

முல்லைத் திணையில் ஏற்பட்ட நிலப் பாகுபாடும் மக்கள் வேறுபாடும் வாழ்வாதார விரிவாக்கத்தைக் காட்டுகின்றன. முல்லை நில மக்கள் கால்நடைப் பொருளாதாரத்தை அடிப்படையாகக் கொண்டவர்கள். பால், மோர், தயிர், வெண்ணெய், நெய், தினை, வரகு, கொள், அவரை, நெல் முதலானவை இவர்களின் உணவுப் பொருட்களாகும் (மதுரை. 271–285; பெரும். 148–184; மலைபடு. 404–420).

முல்லைத் திணை ஆயர் குடியினர் முழுக்க முழுக்கக் கால்நடைப் பொருளாதாரத்தை மட்டுமே நம்பியிராமல் புன்செய் நில வேளாண்மையையும் மேற்கொண்டிருந்ததை,

கருங்கால் வரகே இருங்கதிர்த் தினையே
சிறுகொடிக் கொள்ளே பொறிகிள ரவரையொடு
இந்நான் கல்லது உணாவு மில்லை   (புறம். 335: 4–6)

எனும் பாடல் காட்டுகிறது.

முல்லைத் திணைக்குரிய பொருளாதாரச் சூழல் விரிந்த குடும்ப முறைக்கு வழியமைத்தது. கால்நடைகளை மேய்த்தல், பால்பொருட்களைப் பண்டமாற்றம் செய்தல், விற்றல், புன்செய் வேளாண்மை செய்தல் முதலான வேலைகளைக் கவனிப்பதற்கு ஆண்களின் உழைப்பு அதிகம் தேவைப்பட்டது. குடும்பத்தில் ஆண் மக்களின் தேவை அதிகரித்தது.

உலகளாவிய நிலையில் ஆயர் பொருளாதாரத்தில் பெண்கள் பொருளாதாரச் சுமையாகக் கருதப்பட்டார்கள். இதனால் பெண் குழந்தைகளைக் கொன்றுவிடும் பழக்கம் ஏற்பட்டது. இதனால் பெண் குழந்தைகள் குறைவாக உள்ள சமூக அமைப்பு தோன்றியது. இந்தச் சூழலில் பல ஆண்கள் அல்லது பல சகோதரர்கள் அனைவரும் ஒரு பெண்ணை மணந்து கொண்டு வாழும் சூழல் ஏற்பட்டது. சங்க இலக்கியங்களில் பெண் குழந்தையைக் கொன்றுவிடும் ஆயர் சமூகம் பற்றி எவ்விதக் குறிப்பும் இல்லை.

முல்லைப் பாடல்களைக் கருத்தூன்றிப் பார்த்தால் அங்கு எருமை, பசு, ஆடு, காளை ஆகியவற்றை ஆயர்கள் வளர்த்தனர் என்பதைக் காணமுடிகிறது (குறுந். 221. 279; அகம். 274; கலி. 110; நற். 321). சங்க இலக்கியத் தலைவர்களைக் காணும்போது முல்லை நிலத்தில் வாழ்ந்த ஆயர் சமூகத்தார் கால்நடை வளர்ப்பில்

பெரிதும் ஈடுபட்டிருந்ததை அறிய முடிகிறது. கால்நடைகளில் ஆடு, மாடு இரண்டுமே முதன்மையானவை. ஆடுகளில் வெள்ளாடு, துருவையாடு (செம்மறி) ஆகிய வகைகளும், மாடுகளில் ஆன் (பசு), எருது (காளை) ஆகிய பாலினங்களும் அடங்கும். பசுக்களில் காரான், சேதா முதலான வண்ணங்கள் இருந்துள்ளன (ராஜ் கௌதமன் 2006: 142). இடையர்கள் பொதுவாக ஆடுகளை வளர்த்துள்ளனர்.

ஆடுடை இடைமகன்	(நற். 266: 3)
வன்கை இடையன்	(நற். 169: 6–7).

எனும் பாடலடிகள் இடையர்கள் ஆடுகள் மேய்த்ததைக் கூறுகின்றன.

இடையர்களுக்கடுத்து ஆயர்கள் கால்நடை வளர்ப்பில் பெரிதும் ஈடுபட்டவர்களாய் இருந்துள்ளனர். 'ஆயர்' எனும் பெயர் ஒரு பெருங்குழுவின் பெயராக இருந்திருக்கிறது. ஏனெனில் ஆயர்களில் பின்வரும் மூன்று முதன்மையான பிரிவினர்கள் காணப்பட்டனர்.

1. கோட்டினத்தாயர் – எருமைமாடுகளை வளர்த்தவர்கள்
2. புல்லினத்தாயர் – ஆடு வளர்த்தவர்கள்
3. கோவினத்தாயர் – பசுவை வளர்த்தவர்கள்

கலித்தொகையில் 108 ஆவது பாடல் ஆய்மகளிர் எருமன்றத்தில் குரவையாடி தங்கள் தலைவன் பாண்டிய மன்னன் இனிது வாழவேண்டி வழிபாடு செய்த முறையைக் கூறுகிறது. கலித்தொகையின் 103ஆம் பாடல் ஏறுதழுவல் நிகழ்ச்சியில் பங்கேற்கும் பல இளைஞர்களில் 'இவன் கோவினத்து மகனல்லவோ' என்று தோழி தலைவிக்குக் காட்டியதைக் கூறுகிறது (103: 36–39). எருமை இனத்தைக் கொண்ட ஆயர் மகளொடு யாம் கூடியதற்கு எம்முடைய சுற்றத்தார் பொறுப்பர் எனும் கூற்று (கலி.105:58–60) கவனத்திற்குரியது. அவ்வாறே தலைவியிடம் பேசும்போது தலைவன் 'பகையஞ்சாப் புல்லினத்து ஆயர் மகன் யான்' (கலி. 113: 5–7) என்று கூறுவதும் கருதத்தக்கது. ஆட்டினத்தைக் கொண்ட ஆயர்கள் காவலுடைய பெருங் குறும்பில் இருப்பார்கள் என்பதையும் (கலி. 110: 1) காண்கிறோம். இவ்வாறு சங்க இலக்கியங்களில் ஆயர்களின் இம்மூன்று பிரிவினர் பற்றிப் பல்வேறு குறிப்புகள் உள்ளன.

ஆயர் சமூகத்தில் நல்லினத்தாயர், புல்லினத்தாயர், கோவினத்தாயர் என்ற இந்த மூன்று உட்பிரிவுகள் ஒரு வகையான சமூகப் படிநிலைத் தன்மையைக் காட்டுகிறது; மூன்று பிரிவுகளுக்குள் காணப்படும் பொதுமைகளைவிடத்

தனித்துவங்கள் முன்னிலை பெற்றதால் சமூக உட்பிரிவுகள் உருவாகியுள்ளன. கோவலர்களின் குடிசை, முற்றம், பந்தல் அவர்களின் பிற புழங்கு பொருட்கள் ஆகியவற்றை விளக்கும் பாடல்கள், இடையர்களிடம் அவ்வாறு இருந்ததாகக் கூறவில்லை (ராஜ் கௌதமன் 2006: 149).

வேளாண் உணவாதாரம்

சங்க கால ஆயர்கள் கால்நடை வளர்த்தலை மட்டுமே தொழிலாகக் கொண்டிருக்கவில்லை. முல்லை நிலத்து மக்கள் ஒரு கட்டத்தில் உழவு ஆயர்களாக மாற்றம் பெற்றனர். வன்புலம் என்று சங்க இலக்கியம் குறிப்பிடும் வானம் பார்த்த பூமியில் மழையைப் பயன்படுத்தி விவசாயம் செய்பவர்களாக மாறினார்கள். ஆயர் பொருளாதாரத்தில் வன்புல விவசாயம் என்பது துணைப் பொருளாதாரமாக உருவானது. இவர்கள் கொல்லைக் கோவலராகவும் உழவு ஆயர்களாகவும் விளங்கினார்கள். முல்லை நிலத்து உழவர்கள் 'கொல்லை உழவர்' (அகம். 194) என்றே அழைக்கப்பட்டனர்.

மேய்ச்சல் தொழிலும் புன்செய் வேளாண்மையும் ஆயர்களின் வாழ்வாதாரமாக முல்லைத் திணையில் பின்னாளில் ஏற்பட்டது. சங்க காலத்தில் முல்லைச் சூழலில் எங்கெல்லாம் நில வளமும் நீர்வளமும் சாதகமாக இருந்தனவோ அங்கெல்லாம் மேய்ச்சலோடு தினைப்புன விவசாயமும் எரிபுன விவசாயமும் ஏற்பட்டன. இதனை நற்றிணைப் பாடல் தெளிவாகவே குறிப்பிடுகிறது.

கொல்லைக் கோவலர் குறும்புனஞ் சேர்ந்த
குறுங்காற் குரவின் குவியிணர் வான்பூ
ஆடுடை இடைமகன்   (நற். 266: 1-3)

அகநானூறு 394ஆவது பாடலும், நற்றிணை 266ஆவது பாடலும் முல்லைத் திணையில் கலப்புப் பொருளாதார முறை உருவாகிவிட்டதைக் காட்டுகின்றன. கால்நடை வளர்த்தல் முல்லைக்குரிய தொழிலாக ஆரம்ப காலத்தில் இருந்தாலும் பின்னாளில் கலப்பை கொண்டு உழுது பயிரிடும் வேளாண்மையும் ஏற்பட்டது (அகம். 194). இத்தகையோரே கொல்லைக் கோவலர் எனப்பட்டனர் (நற். 266, 289). மேலும், நற்றிணை 121ஆவது பாடலின் கருத்தைப் பார்க்கும்போது அப்பாடலில் வரும் 'விதையர்', 'முதையல்' எனும் சொற்கள் மேய்ச்சல்காரர்களே உழவர்களாக விளங்கினார்கள் என்றும் அறிய முடிகிறது (சிவத்தம்பி 2003: 180). 'விதையர் கொன்ற முதையல் பூமி' (நற். 121) எனும் பாடலடி மூலம் ஆயர்களில் ஒரு பிரிவினர் விதையர் எனப்பட்டனர். முல்லை நிலத்தில் பழங் கொல்லையைப் (முதையல்) பயன்படுத்தி அதில்

வரகு விதைத்துப் பயிரிட்டதை 'விதையர் கொன்ற முதையல் பூமி, இடுமுறை நிரப்பிய ஈர்இலை வரகின்' நற்றிணை *(121: 1–2)* விவரிக்கிறது.

இத்தகைய வன்புல விவசாயத்தின் வளர்ச்சியைப் பெரும்பாணாற்றுப்படை விவரிக்கிறது.

ஆயர்கள் முல்லை நிலத்தில் வரகு பயிரிட்டுள்ளனர் *(நற். 121: 1–5)*. முல்லை நிலத்தில் உழவர்கள் கூடையில் வரகு விதையைச் சுமந்து சென்று விதைத்தார்கள் *(குறுந். 155)*. வேளாண்மை செய்வதற்குக் காட்டை வெட்டி எரித்தனர் *(அகம். 394: 2–16)*. ஆயர்கள் மேய்த்தலையும் பல்வேறு தானியங்கள் பயிரிட்டதையும் ஒருசேர செய்தனர் என்பதை அகநானூறு *(394: 2–16)* விவரிக்கிறது.

பன்றிகள் கிழங்குகளை அகழ்ந்து உண்ணும்போது அவை வாயினால் கிளறிய நிலத்தில் மழை பெய்தவுடன் உழாமலே குறவர்கள் தினையை விதைத்துள்ளனர். இதனைப் புறநானூறு *(168: 3–6)* விளக்குகிறது. இவ்வாறான முறை முல்லையிலும் காணப்பட்டது.

முல்லை நிலத்தில் அவரை பயிரிடப்பட்டது. வரகரிசிச் சோறும் அவரையும் புழுக்கி உண்ணப்பட்டன. முல்லைத் திணையில் அவரையின் பயன்பாடு பல இடங்களில் பதிவாகி யுள்ளன. *(ஐங். 209; 286)*

பெரும்புனக் குறவன் சிறுதினை மறுகால்
கொழுங்கொடி அவரை பூக்கும்
அரும்பணி அற்சிரம் வாரா தோரே   *(குறுந். 82: 4–6)*

எனக் குறுந்தொகை குறிப்பிடுகிறது. வன்புலத்தில் குறவர்களே (குறிஞ்சி நில மக்கள்) அவரையைப் பயிரிடத் தொடங்கி விட்டனர் என்பதைக் குறுந்தொகையும் குறிப்பிடுகிறது.

பெண்களின் பெறுமானம் (பண்டமாற்றம்)

பண்டைத் தமிழ்ச் சமூகத்தில் ஆயர் சமூகப் பெண்கள் குடும்பத்திற்குப் பாரமாகவோ பொருளாதாரச் சுமையாகவோ இருந்ததில்லை. இன்று உலகளாவிய நிலையில் பல ஆயர் சமூகங்களில் பெண்கள் பொருளாதாரச் சுமையாகக் கருதப்படுகின்றனர். இதனால் பெண் குழந்தைகள் பலவற்றைப் பிறந்தவுடன் கொன்றுவிடுவது வழக்கம். பெண் குழந்தைக் கொலையால் ஆயர் சமூகங்களில் பெண்கள் பற்றாக்குறை ஏற்படும். இதனால் ஒரு பெண் ஒரு குடும்பத்தைச் சேர்ந்த சகோதரர்கள் அனைவருக்கும் மனைவியாக ஏற்றுக்கொள்ளப்படுவாள். நீலகிரியின் உச்சியில் வாழும் ஆயர்களாகிய தொதவர்களில்

பல சகோதரர் கணவர் முறையைக் கொண்டிருந்தார்கள். ஆங்கிலேய ஆட்சிக் காலத்தில் இம்மணமுறை சட்டத்தின் மூலம் தடுக்கப்பட்டது.

முல்லை நில ஆயர் பெண்கள் பால், மோர், வெண்ணெய், நெய் போன்ற பால்பொருட்களை மற்ற குடியினருக்குக் கொடுத்துப் பண்டமாற்றமாக நெல், பசு, எருமை உள்ளிட்ட பல்வேறு பொருட்களைப் பெற்றுக்கொண்டார்கள் (நற். 12:1–10; பெரும். 155–156; குறுந். 221). 'நெய்விலைக் கட்டிப் பசும்பொன் கொள்ளாள், எருமை நல்லான் கருநாகு பெறூஉம்' எனும் பெரும்பாணாற்றுப்படை (162–166) வரிகள் இதனைத் தெளிவுபடுத்துகின்றன. பெண்களே பண்டமாற்றத்தில் பெரிதும் ஈடுபட்டார்கள். ஆய மகள் நெய் விலைக்குப் பண்டமாற்றாகப் பசும்பொன் வாங்காமல் எருமை, பசு முதலானவற்றை வாங்கினாள். 'நெய்விலைக் கட்டிப் பசும்பொன் கொள்ளாள்' (பெரும். 164) எனும் வரி பெண்கள் கண்ட பொருளாதார மேம்பாட்டினைப் பேசுகிறது. குடும்ப வருவாய்க்குப் பெரும் பங்காற்றியதைக் கலித்தொகை, அகநானூறு கூறும். (கலி. 108), 110, 116; அகம். 293)

இடையர்கள் மேய்ச்சல் பருவத்தின்போது தங்கள் செம்மறி ஆடுகளுடன் காட்டில் தங்கினர். ஆடுகளிடம் இருந்து கறந்த பாலினை ஊர்ப் பகுதிகளில் உள்ள மக்களுக்குக் கொடுத்து விட்டு அதற்கு ஈடாக உணவினைப் பெற்றுச் சென்றதைக் குறுந்தொகைப் பாடல் (221) கூறுகிறது.

பகைவர் நாட்டிலிருந்து கவர்ந்து வரப்பட்ட பால் தரும் பசுவைக் கள்ளிற்கு விலையாகக் கொடுத்ததைப் பெரும்பாணாற்றுப்படை பின்வருமாறு குறிப்பிடுகிறது.

> கேளா மன்னர் கடிபுலம் புக்கு
> நாளா தந்து நறவுநொடை தொலைச்சி
> இல்லடு கள்ளின் தோப்பி பருகி (பெரும்பாண். 140–142)

முல்லை உணவு

ஆயர்கள் ஏனல், தினைச் சோறு, வரகுச் சோறு, கூழ், பால், இறைச்சி முதலானவற்றை உணவாக உண்டனர். வன்புல வேளாண்மையில் கிடைத்தவற்றையும் வேட்டையில் கிடைத்த இறைச்சியையும் உணவாகக் கொண்டனர். கலைக் கிழங்ககழ்ந்து உண்டனர் (குறுந். 233: 1).

தலைவி, சமைக்கும் முறையை ஒரு குறுந்தொகைப் பாடல் (167) அழகாக வர்ணனை செய்கிறது. பாலைக் காய்ச்சி உறை ஊற்றி முற்றிய தயிரைக் காந்தள் மலரைப் போன்ற

மெல்லிய விரல்களால் பிசைந்து இனிய புளிப்புச் சுவையுடைய குழம்பினைச் சமைக்கிறாள். குழம்பினைத் தாளிக்கும்போது நெருங்கிப் படர்ந்த புகையுடன் தானே துழாவிச் சமைத்தாள். அப்போது விரல்களில் பட்ட அழுக்கினைத் தான் உடுத்தியிருந்த தூய ஆடையில் துடைக்கிறாள்.

சமைத்த உணவைக் கணவனுக்குப் பரிமாறுகிறாள். கணவன் உண்டுவிட்டு 'இனிது' என்று புகழ்கிறான். அப்பாராட்டைக் கேட்கும்போது, அவள் சமைப்பதற்குப் பட்ட துன்பம் நீங்கி மகிழ்ச்சி அடைகிறாள். இக்காட்சியைப் பின்வரும் பாடல் வர்ணனை செய்கிறது.

> முளிதயிர் பிசைந்த காந்தள் மெல்விரல்
> கழுவுறு கலிங்கம் கழாஅ துடீஇக்
> குவளை உண்கண் குய்ப்புகை கழுமத்
> தான்துழந்து அட்ட தீம்புளிப் பாகர்
> 'இனிது' எனக் கணவன் உண்டலின்
> நுண்ணிதின் மகிழ்ந்தன்று ஒண்ணுதல் முகனே
>
> (குறுந். 167: 1–6)

முல்லையில் விளைந்த வரகரிசியைப் பால் இட்டுச் சமைத்துத் தேன் கலந்து உண்டனர். (புறம்.34:9–11)

பெண்களின் விருந்தோம்பல் பாங்கினை மலைபடுகடாம் விதந்து பேசுகிறது. விருந்தினர்கள் நீண்ட தூரம் நடந்து வந்த களைப்பு நீங்க, அவரை விதை, மூங்கிலரிசி, நெல்லரிசி ஆகியவற்றைப் புளி கரைத்த உலையில் இட்டுக் குழைத்து விருந்தளிக்கிறாள். (மலைபடு. 435–440)

விருந்தினர்கள் இரவு நேரத்தில் வந்தாலும் அவர்களை இன்முகம் காட்டி வரவேற்று உபசரித்த காட்சியை நற்றிணை கூறுகிறது.

> அல்லில் ஆயினும் விருந்துவரின் உவக்கும்
> முல்லை சான்ற கற்பின் மெல்லியல் குறுமகள்
>
> (நற். 142–143)

அகநானூற்றில் ஒரு பாடல் *(394: 2–12)* விருந்தினர்கள் எவ்வாறு உபசரிக்கப்படுகின்றனர் என்ற நீண்ட வர்ணனையைக் கூறுகிறது. கள் வகைகளையும் உண்டு மகிழ்ந்தனர் *(அகம். 184: 14; நற். 59: 5).*

முல்லைத் திணை மக்கள் மோரோடு புற்றின் ஈசலைக் கூட்டிச் சமைத்த புளிங்கறியை உண்டனர் என்பதைச் 'செம்புற்று ஈயலின் இன் அளைப் புளித்து' *(புறம். 119: 3)* எனும் அடி மூலம் அறியலாம்.

இத்திணைப் பெண்டிர் பதமாகக் காய்ந்த அரிசியினைத் திரிகையில் இட்டுத் திரிக்கும் வேலையைச் செய்தனர் என்பதை '.. மனையோள், ஐதுஉணங்கு வல்சி பெய்து முறுக்கு உறுத்த' (அகம். 224: 11–12) எனும் அடிகள் குறிப்பிடுகின்றன.

பசியுடன் நடந்து வரும் வழிப்போக்கர்களை அழைத்துத் தம் ஆநிரைகளின் கழுத்தில் கட்டித் தொங்கவிட்ட மூங்கிற் குழாய்களில் இருந்த புளிசாதத்தைத் தேக்கிலையில் பரிமாறினர் என்பதை அகநானூறு (311) 'மழவிடை பூட்டிய குழா அய்த் தீம்புளி, செவியடை தீரத் தேக்கிலைப் பகுக்கும்' எனப் பதிவிடுகிறது.

முல்லை நில மக்களின் விருப்ப உணவு வெள்ளாட்டு இறைச்சியுடன் கூட்டி ஆக்கிய 'ஊன்துவை அடிசில்' எனக் கூடிய கறிச்சோறு (பிரியாணி) ஆகும். இத்தோடு தினைமாவையும் உண்டனர் (பெரும்.470–476). என்றாலும் அவர்களுடைய இயல்பான உணவு என்பது தினையரிசியைப் பாலில் இட்டுச் சமைத்த சோறாகும். இதனைப் 'பசுந்தினை மூரல் பாலொடும் பெறுகுவீர்' என்கிறது பெரும்பாணாற்றுப்படை (168).

மேலும், வரகரிசிச் சோற்றுக்கு அவரைப் பருப்புக் குழம்பைச் சேர்த்து உண்பதும் அவர்களின் உணவாகும்.

> குறுந்தாள் வரகின் குறள்அவழ்ச் சொன்றி
> ....
> அவரை வான்புழுக்கு அட்டி பயில்வுற்று
> இன்சுவை மூரல் பெறுகுவிர் (பெரும்பாண். 192–196)

முல்லை நிலத்து உணவுமுறையை விளக்கும் மிக முக்கியமான பாடலொன்று அகநானூற்றில் (394) உள்ளது.

> சிறுதலைத் துருவின் பழுப்புறு விளைதயிர்
> இதைப்புன வரகின் அவைப்புமாண் அரிசியொடு
> கார்வாய்த்து ஒழிந்த ஈர்வாய்ப் புற்றத்து
> ஈயல்பெய்து அட்ட இன்புளி வெஞ்சோறு
> சேதான் வெண்ணெய் வெம்புறத்து உருக
> இளையர் அருந்தப் பின்றை, நீயும்
> ....
> பாலுடை அடிசில் தொடீஇய ஒருநாள்
> மாவண் தோன்றல்! வந்தனை சென்மோ
> (அகம். 394: 2–12)

செம்மறியாட்டின் முற்றிய தயிர் கொண்டு, கொல்லையில் விளைந்த குற்றிய வரகரிசியோடு, புற்றீசல் சேர்த்துச் சமைத்த சூடான புளியஞ்சோற்றின் மீது பசுவின் வெண்ணெய்யை இட்டு உருகி நிற்கும் சோற்றை உண்ண வருவாய் என்று தலைவனுக்கு

அழைப்பு விடுக்கப்பட்டது.'ஈயல் பெய்தட்ட இன்புளி வெஞ்சோறு' முல்லையில் செய்யப்பட்ட சுவையான உணவைக் குறிக்கிறது.

தயிர்ப் பானையில் முடை நாற்றம் நீங்குவதற்கு விளாம்பழத்தை இட்டு வைத்தனர். அதனால் அதன் மணம் கமழும், தயிர்ப் பானையைக் கயிறு ஆடித் தேய்த்தலால் மத்தின் தண்டு தேய்ந்திருக்கும். வெண்ணெய் தோன்ற கடைதலால் தறியடியில் ஓசை முழங்கும். வைகறைப் பொழுதில் இத்தகைய நிகழ்ச்சி நடக்கும். ஆய்ச்சியர் தயிர்க் கடைதல் முல்லை நிலத்தின் மரபாகும். தயிர்க் கடைதல் தினமும் நடைபெறுவதால் தண்டின் தேய்தல் கூறப்படுகிறது. தயிர்க் கடையும்போது தயிர் மோராகி அந்தச் சத்தம் கேட்கும். பெண்கள் முல்லை நிலத்தில் தயிர்க் கடைய அதிகாலையில் எழுந்து தன் இல்லப் பணிகளை முடித்துவிட்டு மோரைப் பிற நிலங்களுக்குக் கொண்டு சென்று விற்று அதன் மூலம் வரும் பொருளினைக் கொண்டு வாழ்வாதாரத்தை மேம்படுத்திக் கொண்டனர்.

ஆயர்மகள் அதிகாலைப் பொழுதில் எழுந்து இருள் புலருகின்ற நேரத்திலே தன் கடமையை மேற்கொள்கிறாள். உறையிட்டு இறுகிய தயிரை மத்தினைக் கொண்டு வலிந்து கடைகிறாள். கடைந்து வெண்ணையை எடுத்த பிறகு மோரைப் பானையில் ஊற்றுகிறாள். மெல்லிய சுமட்டினைத் தலையின் மேல் வைத்து அம்மோர்ப் பானையை ஏற்றிச் செல்கிறாள். இடையர் மகள் மோர் விற்று அதனால் கிடைத்த நெல் முதலிய உணவுப் பொருளால் தன் சுற்றத்தார் எல்லோரையும் உண்ணச் செய்கிறாள். நெய்யை விற்று அதற்கு விலையாகக் கட்டிப் பசும்பொன்னை வாங்காது நல்ல எருமையையும், பசுக்களையும் அவற்றின் கன்றுகளோடு வாங்குகிறாள். பரிசில் பெற்ற பாணன் பரிசில் பெற விரும்பும் பாணனை ஆற்றுப்படுத்துமிடத்து இத்தகைய இடையர்கள் வாழுகின்ற குடியிருப்பை அடைந்தால் பசிய தினையால் ஆக்கிய சோற்றைப் பாலுடன் தருவார்கள் என்கிறான். முல்லை நில மக்கள் மோர், நெய் விற்றதோடு தம் இல்லத்திற்கு வருபவர்களை உபசரிக்கும் பண்பையும் கொண்டு வாழ்ந்தனர். முல்லை நிலத் தலைவியின் ஓய்வறியா உழைப்பினைப் பெரும்பாணாற்றுப்படை (154 – 168) விவரிக்கின்றது.

தயிர் கலந்த சோற்றுடன் உடும்பு மாமிசத்தைக் கலந்து உண்டனர் (புறம். 326: 9–12).

மூங்கிலரிச் சோறும் அவரைக்காய்ப் புளிக்குழம்பும் பற்றிய வர்ணனையை மலைபடுகடாம் (434–443) குறிப்பிடுகிறது.

புலம்புசேண் அகலப் புதுவிர் ஆகுவிர்

(மலைபடு. 408–412)

மோர்க்குழம்பும் மாதுளைக்கறியும் பற்றிப் பெரும்பாணாற்றுப்படை *(301–310)* விவரிக்கிறது.

முல்லையில் முக்கிய உணவு வகைகள்

முல்லைத் திணையில் பின்வரும் அடிசில்கள் முக்கியமானவை.

முல்லையில் வேட்டைத் தொழில் தொடர்ந்தது. காடுகளில் கானக்கோழி, முயல், எலி, பன்றி, உடும்பு, மான், பறவைகள் முதலானவற்றை வேட்டையாடி உண்டனர் *(புறம். 322, 324, 325).*

முல்லையில் கால்நடைகள் வளர்த்தல் முதன்மைத் தொழில் என்பதால் பால், தயிர், மோர், வெண்ணெய், நெய் முதலானவை உணவில் பெரிதும் சேர்த்துக் கொள்ளப்பட்டன *(அகம். 394; புறம். 326).*

பண்டமாற்றம் மூலம் நெல், உப்பு, கள், இறைச்சி முதலானவற்றைப் பெற்றுக்கொண்டனர் *(நற். 12; குறுந். 221; பெரும்பாண். 164).*

பாற்கூழே ஆயர்கள் உண்ணும் முக்கிய உணவு. இதனால் இவர்களைக் 'கூழ் ஆர் இடையன்' *(பெரும்பாண். 175),* 'கூழ் ஆர் கோவலர்' *(அகம். 21: 22)* என்பார்கள்.

தீம்புளியுடன் தயிர் பிசைந்து மோர்க்குழம்பு தயாரித்தனர் *(குறுந். 167).*

முல்லையில் கொல்லைக் கோவலர்கள் வன்புல விவசாயத்தில் ஈடுபட்டனர். இச்சூழலில் வரகரிசியுடன் பால் இட்டுச் சமைத்துத் தேன் கலந்து உண்டனர் *(புறம். 34).* அமலை எனும் பொங்கல் சோறு உண்டனர் *(மலைபடு. 440–443).*

அரிசி, அவரை இரண்டையும் புளி கரைத்த உலையில் இட்டுச் சமைத்தனர் *(மலைபடு. 435–440).*

பெண்கள் பதமாகக் காய்ந்த அரிசியைத் திரிகையில் இட்டுத் திரித்தனர் *(அகம். 224).*

மோரோடு புற்றின் ஈசலைக் கூட்டிச் சமைத்த புளிங்கறியை உண்டனர் *(புறம். 119).*

பயணம் வழி வரும் பாணர்க்கு ஆநிரைகளின் கழுத்தில் கட்டித் தொங்கவிட்ட மூங்கிற் குழாய்களில் உள்ள புளிச்சோற்றைத் தேக்கிலையில் பரிமாறினர் *(அகம். 311).*

முல்லை மக்களின் விருப்பமான உணவு வெள்ளாட்டு இறைச்சியுடன் கூட்டி ஆக்கிய 'ஊன்துவை அடிசில்' எனக்கூடிய கறிச்சோறு (பிரியாணி) ஆகும். அத்தோடு தினை மாவையும் தின்றனர் (பெரும்பாண். 470-476).

ஆயர்களின் அன்றாட, இயல்பான உணவு என்பது தினையரிசியைப் பாலில் இட்டுச் சமைக்கும் சோறாகும் (பெரும்பாண். 167-168). 'பாலுடை அடிசில்' என்றைக்குமான உணவாகும் (அகம். 394).

வரகரிசிச் சோற்றுடன் அவரைப் பருப்புக் குழம்பை இட்டு உண்பதும் அன்றாட உணவாகும் (பெரும்பாண். 192-196). உழுந்து பயிரிட்டு உண்டனர் (நற். 89).

'ஈயல் பெய்தட்ட இன்புளி வெஞ்சோறு' இவர்களுக்குச் சுவை உணவாகும். தயிருடன், வரகரிசியோடு புற்றீசல் சேர்த்துச் சமைத்த சூடான புளியஞ்சோற்றின் மீது பசுவின் வெண்ணெய்யை இட்டு உருகி நிற்கும் சோறு மிகவும் சுவையானதாகும் (அகம். 394).

தயிர் கலந்த சோற்றை உடும்புக் கறியுடன் உண்டனர் (புறம். 326). ஐவன நெல் பயிரானது (புறம். 159).

மூங்கிலரிசிச் சோறும் அவரைக்காய்ப் புளிக்குழம்பும் (மலைபடு. 434-443), மோர்க்குழம்பும் மாதுளைக்கறியும் (பெரும்பாண். 301-310) முல்லை நில மக்கள் விரும்பி உண்ட உணவு வகைகளாகும்.

அவரையுடன் இயற்கையில் கிடைத்த களா, விளா ஆகிய பழங்களும் உணவாக அமைந்தன (அகம். 394).

முல்லை நில வேட்டுவர் உடும்பு, நுணல், முயல் முதலானவற்றை வேட்டையாடியும், புற்றில் ஈசல் பிடித்தும் உண்டனர் (நற். 59).

இன்புளியுடன் சமைத்த வெண்சோறும் ஆமானின் சுட்ட இறைச்சியும் விருந்தினர்களுக்குத் தரப்பட்டன (சிறுபாண். 174-177).

சுட்ட முயல் இறைச்சி (புறம். 319), சுட்ட ஆரல் மீன் (புறம். 320), பறவை ஊன் (புறம். 324), முள்ளம் பன்றி, உடும்பு இவற்றின் இறைச்சி (புறம். 325) ஆகியவை உணவாயின.

தினை அரிசியுடன் உலர்ந்த இறைச்சியும் நெய்யும் இட்டுச் சமைத்த களி உணவாக இருந்தது (புறம். 328).

பின்னுரை

குறிஞ்சியிலிருந்து முல்லைத் திணை பெரிதும் மாறுபட்டது. ஆயர்கள் ஆடுமாடுகளை மேய்க்கும் தொழிலில் பெரிதும் ஈடுபட்டனர். நல்லினத்தாயர் (கலி.104: 6), புல்லினத்தாயர் (கலி.111: 5), கோவினத்தாயர் (கலி.106: 32) இருந்தனர். கொல்லை நிலத்துக் கோவலர்கள் கால்நடை வளர்த்தலோடு வன்புல விவசாயத்திலும் ஈடுபட்டனர். முல்லை நில உழவர்களான இவர்கள் சிறுதினை, வரகு, அவரை, எள் முதலான பயிர்களை விளைவித்தனர்.

இந்த முல்லை நில உழவர்களின் வீடுகள் பந்தல், முற்றங்களைக் கொண்டிருந்தன. முற்றத்தில் வரகு முதலிய தானியங்களைச் சேமிக்கும் குதிர்கள் நின்றன. சிறு வண்டியின் உருளையும் கலப்பையும் நெடுஞ்சுவர் மீது சார்த்தப்பட்டிருந்தன. குடிசைகள் (குரம்பை) வரகு வைக்கோலால் வேயப்பட்டிருந்தன.

இப்பின்னணியில் நின்று கவனிக்கும்போது குறிஞ்சித் திணைக் குறவர்களின் உணவு முறையிலிருந்து முல்லை மக்களாகிய ஆயர், இடையர், அண்டர், கொல்லைக் கோவலர், முதையர், பூழியர் ஆகியோரின் உணவுமுறை மாறியிருந்தது. ஆடு, மாடு இவற்றின் பால், பால்படு பொருட்கள், வரகரிசி, வெண்ணெய், நெய், அவரை, நெல்லரிசி (பண்டமாற்றம் மூலம் பெற்றது) ஆகியவை முக்கிய உணவுப் பொருள்களாக இருந்தன. இறைச்சியின் பயன்பாடு குறிஞ்சியைவிடவும் சற்று குறைந்துவிட்டது எனலாம்.

முல்லைத் திணையின் உணவாதாரச் சூழல் கலப்புப் பொருளாதாரத்தைச் சார்ந்திருப்பதைக் கண்டோம். கால்நடை வளர்த்தல் முதன்மைத் தொழிலாக இருந்தாலும், வேட்டை ஓரளவுக்குத் தொடர்ந்தது. கொல்லைக் கோவலர்கள் வன்புல வேளாண்மையில் ஈடுபட்டார்கள்.

முல்லைத் திணையின் வாழ்வாதாரத்தில் பண்டமாற்றம் ஒரு புதிய பரிமாணமாக உருவெடுத்தது. ஆநிரைகளின் மூலம் கிடைத்த பால் பொருட்களைப் பண்டமாற்றம் செய்து தேவையான உணவுப் பொருட்களைப் பெற்றார்கள். குறிஞ்சியைவிடவும் முல்லையில்தான் பண்டமாற்றம் விரிவுபெற்றது.

ஆயர் குடியினர் வீட்டிற்கு வந்த விருந்தினர்களோடும், பாண் சமூகத்தாரோடும், வம்பலர்களாகிய நாடோடி வறிப்போக்கர்களோடும் பகிர்ந்துண்ணும் முறையைப் பேணி வந்தனர். இனக்குழு மக்களின் இந்தப் பகுத்துண்ணும் பண்பு முல்லைத் திணையில் பெரிதும் போற்றப்பட்டது. ஆற்றுப்படை இலக்கியங்கள் பேசும் வண்ணனைகள் முல்லை நில வாழ்வின் விழுமியங்களைப் பட்டியலிடுகின்றன.

3

கடல் சார்ந்த உணவாதாரம்

திணை

சங்க இலக்கியம் கடலையும் கானலையும் நெய்தல் என்கிறது.

நிலவும் இருளும் போலப் புலவுத்திரைக்
கடலும் கானலும் தோன்றும்

(குறுந். 81: 5-6)

என்கிறது குறுந்தொகை. தொல்காப்பியம் இதனைப் 'பெருமணல் உலகம்' என்கிறது.

கடற்கரையை ஒட்டிய பெருமணற் பகுதியில் நெய்தல் நில மக்களின் வாழிடங்கள் இருந்தன. இதனாலேயே 'பெருங்கடற் பரதவர்' (குறுந். 320: 1) எனும் அடைமொழி கொண்டு அழைக்கும் மரபு ஏற்பட்டது. இன்றைய மீனவர்களின் வாழிடம் குப்பம் என்றழைக்கப்பட்டாலும் சங்க காலத்தில் 'பாக்கம்' என்றே அழைக்கப்பட்டது. 'துறை நணி மிகுந்த பாக்கம்' (நற். 101: 5) எனப்பட்டது. இவர்களின் ஊர் 'சிறுகுடி' என்றும், 'கானலம் சிறுகுடி' (நற். 4: 1; அகம். 320: 5) என்றும் அழைக்கப்பட்டன. 'பரப்பு' (கடற்பரப்பு) எனும் வழக்கும் கடற்கரையைக் குறிக்கும். நெய்தல், பரப்பு, களர் (உவர்) நிலம், உப்பங்கழி, அளம் ஆகிய நிலக்கூறுகள் நெய்தல் திணைக்குரியவை.

நெய்தல் மக்களின் குடியிருப்புகள் கடற்கரை அடுத்துக் காணப்பட்டது. கடற்கரையை அடுத்த பெருமணற் பகுதியில் கடல்வளத்தை நம்பி வாழும் மக்கள் தமது வாழ்விடங்களை அமைத்து

வசித்துள்ளனர். இவ்வூர்களைப் 'பாக்கம்' என்றனர். 'துறைநணி இருந்த பாக்கமும் உறைநனி' (நற். 101: 5) என்ற பாடலடி இதனை உறுதிப்படுத்துகின்றது. நெய்தல் திணையில் 'பட்டினம்' (பட்டி. 216–218) என்னும் பெரிய ஊர்களும் இருந்துள்ளன.

மக்கள்

நெய்தல் திணைக்குரிய பூர்வக் குடியினர் பரதவர், பரதர், கடலர், திமிலர், நுளையர், உமணர், வலைஞர், வளையோர், அளவர் என்றெல்லாம் அழைக்கப்பட்டனர். சங்க காலத்தில் ஐந்திணைகளிலும் வெவ்வேறு வகையான குடியினர் அப்பிரதேசத்தின் அனைத்து வகையான வள ஆதாரங்களையும் ஈட்டினார்கள். அக்குடிகளிடையே வெவ்வேறு தொழிற் பிரிவுகள் உருவாகின. மனிதகுலப் படிமலர்ச்சியின் போக்காக இதனைக் காணவேண்டும்.

நெய்தற் திணையில் வாழ்ந்த குடிகளில் பரதவர்கள் திமில்களில் கடலுக்குச் சென்று மீன் பிடித்தார்கள். பரதர் குடியினர் நாவாய், வங்கம் முதலான பெரும் தோணிகளில் கடல் வழியாக வணிகம் செய்தார்கள். பரதவர் வேறு பரதர் வேறு என ஆய்வாளர்கள் கூறுகின்றனர் (விரிவுக்குக் காண்க: ராஜ் கௌதமன் 2006: 153). சங்க காலத்திலேயே நெய்தல் தேசங்களைப் பரதவர் குடியினர் சிற்றரசர்களாக ஆட்சி செய்துள்ளனர். 'பரதவர் கோமான் பல்வேல் மத்தி கழாஅர் முன்துறை' (அகம்.226) எனும் பாடலடி குடித்தலைவன் மத்தி என்பவன் அடிகழார் துறையை அரசாண்டான் எனக் கூறுகிறது.

பரதவர்கள் 'கொடுந்திமில் பரதவர்' (நற். 175: 1), 'திண்திமில் பரதவர்' (நற். 388: 2), 'பெருங்கடற் பரதவர்' (குறுந். 320: 1), வான்திமிற் பரதவர் (அகம். 350: 12) என்றெல்லாம் குறிக்கப்பெற்றனர். மீனவர்கள் 'மீன்வேட்டுவர்' (அகம். 270: 3) என்றும் கூறப்பட்டனர்.

மீன் பிடித்தல்

பரதவர்கள் கடலில் மீன் வேட்டம் செய்வதையே முக்கியத் தொழிலாகக் கொண்டிருந்தனர். கூரிய முனையுடைய எறியுளியைச் சுறா மீன்கள் மீது குறிவைத்து எறிந்து அவற்றைப் பிடித்துப் படகில் ஏற்றிக் கொண்டு வருவார்கள். வன்சுறாக்களோடு பெருமீன்கள் பலவற்றையும் பிடித்து அவற்றைத் துண்டுகளாக்கித் தோணியில் ஏற்றித் தங்கள் கழிசூழ் பாக்கம் வந்து சேருவார்கள்.

வரிவலைப் பரதவர் கருவினைச் சிறாஅர்
....
திமில்மேற் கொண்டு திரைச்சுரம் நீந்தி
வாள்வாய்ச் சுறவொடு வயமீன் கெண்டி

நிணம்பெய் தோணியர் இகுமணல் இழிதரும்
பெருங்கழிப் பாக்கம் (நற். 111: 13–19)

எறியுளி கொண்டு மீன்பிடித்தல் ஒரு எளிய முறையாக இருந்துள்ளது. மீன்பிடித் தொழிலில் ஏற்பட்ட தொடக்க காலத் தொழில்நுட்பமாக இது அமைந்தது. இதனைக் குறுந்தொகைப் பாடலொன்று பின்வருமாறு விவரிக்கின்றது.

சொல்வினைப் பொலிந்த கூர்வாய் எறியுளி
....
தாங்கரு நீர்ச்சுரத்து எறிந்து வாங்குவிசைக்
கொடுந்திமிற் பரதவர் கோட்டுமீன் எறிய
(குறுந். 304. 1–4)

பரதவர்கள் கடலில் மீன்பிடித்ததோடு கழிகளிலும் மீன்பிடித்தனர் என்பதை நற்றிணை கூறுகிறது.

.... மல்கு கழித்
துணைச் சுறா வழங்கலும் வழங்கும் (நற். 67: 6–7)

கடலில் மீன் பிடிக்கும் வலையைவிடக் கழிகளில் மீன்பிடிக்கும் வலைகள் வேறுபட்டவை என்பதைப் பின்வரும் அடிகள் தெளிவுபடுத்துகின்றன.

இருங்கழி முகந்த செங்கோல் அவ்வலை
முடங்குபுற இறவொடு இனமீன் செறிக்கும்
(அகம். 220: 16–17).

இவ்வாறு ஆரல் மீன், வாளை, யாமை, வரால், இறால், கயல் மீன் எனப் பலவகையான மீன்களைப் பிடித்தனர்.

பன்மைத் தொழில் நுட்பங்கள்

சங்க கால மீனவர்களின் தொழில்நுட்பம் பன்மைத் தன்மை வாய்ந்தது. பரதவர்கள் நள்ளிரவிலும் மீன் வேட்டைக்குச் சென்றுள்ளனர். தீப்பந்தங்களைக் கொளுத்திக் கொண்டு திண்ணிய திமிலில் அலைகடல் நடுவே சென்றுள்ளனர். விளக்கொளியைக் கண்ட சிறுமீன்கள் திரண்டெழும்; அவற்றைத் தின்ன வெஞ்சுறாக்கள் விரைந்து வரும். அவற்றைப் பரதவர்கள் பிடித்துத் திமிலில் ஏற்றி வந்தனர். (நற். 67: 6–9)

இரவில் மீன் வேட்டம் செய்வோர் கடலில் வெளிச்சம் போடுவதற்குத் தாம் பிடித்த மீன்களின் கொழுப்பைச் சேகரித்து அதனை எண்ணெய்யாகப் பயன்படுத்தியுள்ளனர். ‘மீன்நிணம் தொகுத்த ஊன்நெய் ஒண்சுடர்’ (நற். 215.5) எனவும், ‘கொண்டல் இரவில் இருள்கடல் மிகுந்த, கொழுமீன் கொள்பவர் இருள்நீங்கு ஒண்சுடர்’ (அகம். 100: 7–8) எனவும் பதிவாகியுள்ள பாடலடிகள் இதனைத் தெளிவுபடுத்துகின்றன.

இரவில் மீன் வேட்டத்திற்குச் செல்லும்போது சுறா மீன்கள் கட்டுக் கடங்காமல் விரைந்து திரிவதுண்டு. அவற்றைக் கனன்று எரியும் தீப்பந்தம் மூலம் கூர்ந்து நோக்கி வலுவான கயிற்றில் கட்டப்பட்டுள்ள எறியுளி கொண்டு தாக்கிப் பிடித்தனர். இத்தகைய பெரு மீன்கள் நிரம்பப் பிடித்த மகிழ்ச்சியோடு தங்கள் பெருங்கழிப் பாக்கங்களுக்குத் திரும்பியுள்ளனர். இத்தகைய காட்சியொன்றை நற்றிணைப் பின்வருமாறு விளக்குகிறது.

.... நோன்புரிக்
கயிறுகடை யாத்த கடுநடை எறியுளித்
திண்திமில் பரதவர் எண்சுடர்க் கொளீஇ
நடுநாள் வேட்டம் போகி வைகறைக்
கடல்மீன் தந்து கானற் குவைஇ (நற். 388: 2–6)

சங்க காலம் தொட்டே மீன்பிடித் தொழிலில் பாடு (மீன்கள்) கிடைப்பதென்பது 'பட்டா பட்டா பாக்கியம்' ஆகும். மீன்கள் எப்போது கிடைக்கும், எப்போது கிடைக்காது என்பது உறுதியாகக் கணிக்க முடியாது. கடலின் தன்மையையும் நீரோட்டத்தையும் கணித்தே மீன்பிடிக்கக் கடலுக்குள் செல்ல முடியும். மீன்பிடிக்கும் குழுவில் அனுபவம் மிக்க மூப்பனே கடலில் வலைவீசும் இடத்தைக் கணிப்பார். அவருடைய கணிப்பு பலிக்கும்போது மீன்கள் கிடைத்துவிடும்; பலிக்காதபோது மீன்கள் கிடைக்காது.

பரதவர்கள் கடலிலிருந்து வெறுங்கையுடன் திரும்பிய காலமும் உண்டு. கடலில் வீசிய வலைகளைச் சினம் கொண்ட சுறாக்கள் கிழித்துவிட வலையில் பட்ட மீன்கள் தப்பித்து விடுகின்றன. இதனால் பரதவர்கள் ஏமாற்றத்துடன் கரை திரும்பிக் கிழிந்த வலைகளைத் தம்மனை முற்றத்தில் நின்ற தாழை மரங்களின் கீழ் விரித்துப் போட்டிருந்த சூழலையும் காணமுடிகிறது. (அகம். 340: 18–23)

வலைகள் கிழிந்தபோதும் பரதவர் விடாமுயற்சியுடையவர் என்பது அவர்களின் தொழில் முறையில் காணப்பட்ட ஒரு விடயமாகும். வலைகளைச் சீர்செய்து கொண்டு மீண்டும் சுறா மீன்களைத் தம் வேட்டை மூலம் பிடித்து வந்ததன் மூலம் பரதவர் விடாமுயற்சியுடையவர் என்பதை அறிய முடியும். நற்றிணையின் பல்வேறு பாடல் குறிப்புகள் மூலம் (16: 6–8; 19: 13; 27: 8–9; 45: 6–7, 67: 6–7; 131, 182: 1–3, 199: 5–7, 223: 6–8, 303: 11–14, 392: 1) சுறாமீன் வேட்டையை அறிய முடிகிறது. 'மீன்கள் துஞ்சம் பொழுதும் யான் கண்துஞ்சேன்' (நற். 319) எனும் பாடலடி மூலம் பரதவர்கள் இரவிலும் கண் துஞ்சாது மீன்பிடித் தொழில் ஈடுபட்டிருந்ததைத் தெரிவிக்கிறது.

பரதவர்கள் பெரிய மீன்களைப் பிடிப்பதற்கு எறியுளியைப் பயன்படுத்தினர் என்கிறது அகநானூறு.

எறியுளி பொருந ஏமுறு பெருமீன்

(அகம். 210: 1–2)

கடலில் மீன் வேட்டம் செய்யும் மீனவர்களின் வாழ்வியல் பலவாறு சங்க இலக்கியங்களில் பதிவாகியுள்ளது. நெற்களத்தில் அறுவடை செய்யும் உழவர்கள் போன்று ஏராளமான மீன்களைப் பிடித்துவரும் பரதவர் அவற்றை இரந்தோர்களின் வறுங்கலன்கள் நிறைந்து வழியுமாறு வழங்குவார்கள். மீதமுள்ளவற்றைத் தங்களுக்குள் பங்கிட்டு, அவற்றை விலை கூறி விற்று, கரையுயர்ந்த அந்த மணற்பரப்பிலே உறங்குவார்கள் என்று அகநானூற்றுப் (30: 7–11) பாடலொன்று கூறுகிறது.

கடலுக்குள் சென்று மீன்பிடிக்கும் தொழில் என்பது ஒரு கூட்டுத் தொழிலாகும். குறைந்தது இரண்டு மூன்று ஆடவர்கள் இணைந்து செய்யும் தொழிலாகும். இத்தகைய குழுச்செயற்பாடு சங்ககாலம் தொட்டு இருந்து வருவதைக் காணமுடிகிறது. இன்றுங்கூடக் கட்டுமரத் தொழிலில் ஒரு சிறு குழுவாகக் கடலுக்குள் சென்று மீன்பிடித்து வருவதைக் காணமுடிகிறது. இவ்வாறு மீன்பிடித்துக் கொண்டு கரை திரும்பும் மீனவர்கள் கிடைத்த மீன்களைப் பங்கிட்டுக்கொள்வார்கள். இதனை அகநானூறு

கொடுந்திமில் பரதவர் வேட்டம் வாய்த்தென
இரும்புலாக் கமழும் சிறுகுடிப் பாக்கத்துக்
குறுங்கண் அவ்வலைப் பயம்பா ராட்டி
கொழுங்கண் அயிலை பகுக்கும் துறைவன்

(அகம். 70: 1–4)

என்று குறிப்பிடுகிறது.

பரதவர்கள் சுறா மீன்களைப் பிடிப்பதற்கு இரவு நேரங்களில் செல்வர். அதற்குக் கூர்மையான உளியைப் பயன்படுத்தினர். உளியை மூங்கிலில் செருகிக் கயிற்றில் கட்டுவர். இதன் காம்பில் கயிறு கட்டப்பட்டிருக்கும். இதைப் படகிலிருந்தபடியே எறிவர். சுறா வேட்டம் இவ்வாறு நிகழ்த்தப்பட்டதாகக் குறுந்தொகை 'கொல்வினைப் பொலிந்த கூர்வாய் எறியுளி' (குறுந். 304: 1–4) எனக் கூறுகிறது.

சங்க காலத்தில் பரதவர் தூண்டிலில் சிறிய மீன்களை இரையாகக் குத்திக் கடலிலும் கழியிலும் எறிந்து மீன் பிடித்தனர். (பெரும்பாண். 285–287).

பரதவர் பல்வேறு மீன்களைப் பிடித்தனர். தூண்டில் மூலம் வரால்மீன் பிடித்தனர். இதனைக் 'கருங்கண் வராஅல் பெருந்தடி மிளிர்வையொடு' (நற். 60: 4) எனும் அடிமூலம் அறியலாம். 'கொடுந்திமில் பரதவர்' (நற். 199: 6) எனும் அடிகள்

சுறா மீன் வேட்டை பற்றிக் குறிப்பிடுகிறது. சுறாவை வலுவான கயிற்றோடு சேர்ந்த சாட்டுளி (எறியுளி) வீசிப் பிடித்துப் படகில் தூண்டாக்கிக் கரைக்குக் கொண்டு வந்ததைக் 'கொடுந்திமிற் பரதவர் கோட்டுமீன் எறிய' என்கிறது குறுந்தொகை (304: 4)

கோட்டுமீன் 6–12 அடிகள் வளரக்கூடியது. இதன் இரு கொம்புகளில் கண்களும் காதுகளும் இருக்கும்.

வாள் சுறா என்ற வகையையும் அம்பி, தோணி முதலிய கலங்களில் சென்று வேட்டையாடினர் (நற். 111: 5–8).

கடலுக்குள் செல்லாமல் நிலப்பகுதியிலிருக்கும் ஏரி, குளம், ஆறு, கழனி ஆகிய இடங்களில் வலைஞர்கள் மீன் பிடித்தனர்.

பூக்கள் நிரம்பிய பொய்கையில் சேற்றில் சென்று ஒளியும் ஆரல் மீன்களையும், நீரின் மேல்பகுதியில் துள்ளும் பருத்த கோட்டையுடைய வாளை மீன்களையும், கிணையின் முகம் போல் விளங்கும் யாமை மீன்களையும், பனையின் குருத்தைப் போல் கூர் முற்றிய வரால் மீன்களையும், வேல் போன்று ஒளிபொருந்திய கயல் மீன்களையும் வலைஞர்கள் பிடித்தனர் (வெங்கடேசன், இரா. 2018: 120). இதனைப் புறநானூறு இவ்வாறு கூறுகிறது.

> கதிர்மூக்கு ஆரல் கீழ்ச்சேற்று ஒளிப்ப
> கணைக்கோட்டு வாளை மீநீர்ப் பிறழ
> எரிப்பூம் பழனம் நெரித்து உடன் வலைஞர்

(புறம். 249: 1–3)

வலைஞர்கள் குளத்தில், நீர்நிலைகளில் மீன் பிடித்ததைப் பெரும்பாணாற்றுப்படை (273–274) குறிப்பிடுகிறது. 'வள்ளை நீக்கி வயமீன் முகந்து, கொள்ளை சாற்றிய கொடுமுடி வலைஞர்' என்கிறது மதுரைக் காஞ்சி (255–256).

நெய்தல் நிலத்தில் மீன் உணக்கல்

மீனை உப்பிட்டு வற்றலாகக் காயவைக்கும்போது அவற்றைத் தின்ன வரும் பறவைகளை விரட்ட மடப்பம் பொருந்திய பெண்கள் காவல் புரிந்தனர் என்பதையும், நெய்தல் நில மக்களாகிய பரதவர் உழாது விளைந்த உப்பினை உப்பு வணிகர் வந்து பெற்றுச்செல்லும் வரை கடற்கரைச் சோலையில் குவித்து வைத்துக் காவல் புரிந்தனர் என்பதையும் அவ்வுப்பின் குவியல்மீது மீன் உணக்கலில் ஈடுபட்ட பெண்கள் ஏறி நின்று எம் தந்தையின் படகு இது, நும் தந்தையின் படகு அது என்று மீன் வேட்டைக்குச் சென்ற தம் சுற்றத்தாரின் படகுகளை எண்ணி மகிழ்வர் என்பதும் நற்றிணை பாடல் மூலம் அறியமுடிகிறது.

> உவர்விளை உப்பின் உழாஅ உழவர்
> ஒழுகை உமணர் வருபதம் நோக்கி

கானல் இட்ட காவற் குப்பை
புலவுமீன் உணங்கல் படுபுள் ஓப்பி				(நற். 331: 1-4)

மகளிர் பறவைகளை விரட்டியும் மாலையில் உப்புக் குவியலின் மீது ஏறிக் கடலினின்று மீளும் படகுகளை எண்ணியும் மகிழ்ந்தனர் என்பது புலப்படுகிறது.

இளமை மிக்க அழகான தோற்றத்தை உடைய பரதவ மகளிர் இறால் மீன்களைப் புன்னை மர நிழலில் காய வைப்பர். *(நற். 101: 3-4)* இதைப் *"புன்னைஅம் கொழுநிழல் முன்உய்த்துப் பரப்பும், ... மீன் எறி பரதவர் மடமகள்" (நற். 101: 4-8)* என வரும் பாடலடிகளும் விளக்குகின்றன.

பரதவர் கடலில் வலைவீசி மீன்களைப் பிடித்து வந்து, கடற்கரை மணலிடத்தே குவித்துவிட்டு அதற்குக் காவலாக மீன் கொழுப்பினால் சமைத்த நெய்யைக் கிளிஞ்சலில் ஊற்றிச் சிறிய சுடரை ஏற்றி அவ்விளக்கொளியில் துயில்வர். தாம் வலை வீசிப் பிடித்த மீன்களை அன்னை பாதுகாத்ததாகவும் பாடல் உள்ளது. மீன்களை ஆண்கள் பிடித்தாலும் அவற்றைப் பாதுகாத்தல், காயவைத்தல், பறவைகளிடம் இருந்து பாதுகாத்தல் முதலானவற்றைப் பெண்களே செய்தனர். *(அகம். 100: 5-7)*

பரதவர்கள் பிடித்து வந்த மீன்களுள் விற்றது போக மீதியுள்ள மீன்களைக் கெடாதவாறு பரதவ மகளிர் உப்புப் போட்டுக் காயவைப்பர். காயவைத்துக் கருவாடு ஆக்கி மீன் கிடைக்காத காலங்களில் இவற்றை விற்றுத் தங்கள் வாழ்வினை மேம்படுத்தினர். நிணம் மிகுந்த மீன்களைப் பரதவர்கள் துண்டுகளாக அறுத்து உப்பிட்டு மணலில் அவற்றைப் பரப்பி வெயிலில் உலர்த்திப் பறவைகள் அவற்றைக் கவர்ந்து செல்லாமல் இருக்கப் புன்னை மரத்தடியில் காவல் காத்தனர்.

பண்டமாற்றம்

மீன்களையும் கருவாடுகளையும் மற்ற திணையினருக்குக் கொடுத்துப் பண்டமாற்றம் செய்யும் பணியையும் பெண்கள் செய்துள்ளனர் *(அகம். 60: 4, 320: 1-14).* மீன்களைக் கொடுத்து நெல் பெற்றதை *'மீன்நொடுத்து நெற்குவைஇ' (புறம். 343. 1)* என்றும், மீனுக்கு ஈடாகப் பயறு பெற்றதை *'அரிகாற் பெரும் பயறு நிறைக்கும்' (ஐங். 47: 1-3)* என்றும் குறிப்பிடப்பட்டுள்ளதைக் கொண்டு அறியலாம்.

வலைவீசி வாளையையும், தூண்டில் போட்டு வரால் மீனையும் பிடிப்பர். பிடித்த மீன்களை மருத நிலத்திற்குக் கொண்டு சென்று விற்றனர். மீனைப் பெற்று வயல்களில் விளைந்த மலையைப் போன்ற நெற்போர்களை உடைய உழவர்

நெல்லை முகந்து தருவர். அம்மகளிர் களிப்பு மிகுதியானதால் பசிய முளையால் ஆக்கிய தெளிந்த கள்ளினைத் தருவர். மீனைப் பிடித்து விற்றதோடு கள்ளினையும் பெற்று மகிழ்ந்து வாழ்ந்தனர். மீனைக் கொடுத்து அதற்குப் பண்டமாற்றாக நெல்லைப் பெற்று வந்தனர். மீன் விற்றுத் தம் வாழ்வாதாரத்தை மேம்படுத்திக் கொண்டனர்.

நெய்தல் மக்கள் உப்பையும் மீனையும் கொடுத்து நெல் பெற்றதைப் பரவலாகக் காண முடிகிறது.

> தம்நாட்டு விளைந்த வெண்ணெல் தந்து
> பிறநாட்டு உப்பின் கொள்ளை சாற்றி (நற். 183: 1–2)
> உப்பை மாறி வெண்ணெல் தரீஇய
> உப்புவிளை கழனி சென்றனள் (குறுந். 269: 5–6)

வரால் மீன் துண்டங்கள் கள்ளுக்கு விலையாகக் கொடுக்கப்பட்டன *(அகம். 196: 1–3).*

பாண்டிய நாட்டுப் பரதவர் கொற்கைக் கடலில் மீன்பிடித்த போது அவற்றுடன் முத்துச் சிப்பிகளையும் எடுத்தனர். அந்தச் சிப்பிகளை அவர்கள் கள்ளுக் கடையில் கொடுத்துக் கள் குடித்தனர் என்கிறது அகநானூறு

> பன்மீன் கொள்பவர் முகந்த இப்பி
> நார்அரி நறவின் மகிழ்நொடைக் கூட்டும்
> பேர்இசைக் கொற்கைப் பொருநன் (அகம். 296: 8–10)

குட்டுவனது முசிறியில் பரதவர் மீன்களை விற்று நெல்லைப் பெற்றனர். பெற்ற நெல்லைக் குவித்துத் தங்கள் மனைக்குக் கொண்டு சென்றனர். *(புறம். 343: 1–8)*

பெண்களின் சுயாட்சி

அனைத்து வகையான சமூகங்களிலும் ஆண், பெண் தொழிற்பகுப்பு அல்லது வேலைப்பகிர்வு என்பது அவர்கள் ஈடுபடும் தொழிலிற்கேற்ப அமைகிறது. வேட்டையாடி உணவு சேகரிக்கும் சமூகங்களில் ஆண்களின் பங்கைக் காட்டிலும் பெண்களின் பங்கு முக்கியமானது. அதனால்தான் அத்தகைய சமூகங்களில் பெண்களின் சமூகத் தகுதி ஆண்களின் தகுதியைக் காட்டிலும் உயர்வானதாக உள்ளது.

வேட்டையாடி உணவு சேகரிக்கும் சமூகங்களில் உணவாதாரமானது ஆண்கள் ஈடுபடும் வேட்டை வாயிலாகவும், பெண்கள் ஈடுபடும் காடுபடு பொருட்கள் (வனச் சிறுபொருட்கள்) சேகரித்தல் வாயிலாகவும் ஈட்டப்படுகின்றது. ஆண்கள் வேட்டையாடி வருவதன் மூலம் விலங்கின உணவும், பெண்கள்

சேகரித்தல் மூலம் தாவரவின உணவும் கிடைக்கின்றன. இத்தகைய பொருளாதாரத்திற்கு அடிப்படையாக விளங்கும் காடு என்பது வேட்டுவச் சமூகத்தார் அனைவருக்கும் பொதுவானது. இங்கு உடைமை என்பது அனைவருக்கும் பொதுவானது. அவ்வாறே இவர்கள் உணவாதாரத்தை ஈட்டுவதற்குப் பயன்படுத்தும் தொழில் நுட்பம் என்பது ஜனநாயகத் தன்மை கொண்டது; எளிய தொழில்நுட்பம் சார்ந்தது. இத்தகைய சமூக உடைமை, எளிய தொழில்நுட்பம் சார்ந்த சமூகங்களில் பெண்களின் சுயாட்சித் தன்மை அதிகம் காணப்படுவது இயல்பு.

நெய்தல் சமூகங்களிலும் வேட்டுவச் சமூகத்தில் காணப்படுவது போன்றதொரு பெண் சுயாட்சித் தன்மையைக் காண முடியும். காரணம் நெய்தல் திணையிலும் கடல் அனைவருக்கும் பொதுவானது; கைவினை சார்ந்த மீன்பிடித் தொழிலில் கையாளப்படும் தொழில்நுட்பம் அனைவருக்கும் தெரிந்த ஒன்று; மிகவும் எளிமையான ஒன்று.

ஆடவர்கள் மீன்களைக் கரைக்குக் கொண்டு வந்து சேர்ப்பதோடு அவர்களுடைய பணி முடிவு பெறுகிறது. இளைப்பாறிவிட்டு வலையைச் செப்பனிடும் பணி மட்டுமே அவர்களுடையது. கரைக்கு வந்து சேர்ந்த மீன்களை அங்கேயே தம் சமூகத்தின் பெண்களுக்கு ஏலம் விட்டோ, அவற்றை வீதிகளில் சென்று விற்றோ பணமாக்கி, குடும்பத்திற்குத் தேவையான பொருட்களை வாங்கிக் கொண்டு வீடு திரும்புவது பெண்களின் பணியாகும். குடும்ப நிர்வாகம் பெரிதும் பெண்களைச் சார்ந்து விடுகிறது. இத்தகைய சூழலில் நெய்தல் நிலப் பெண்களும் வேட்டுவச் சமூகத்தில் உள்ளது போன்று சுயாட்சித்தன்மை மிகுந்தவர்களாக உள்ளனர். அகநானூறு இக்காட்சியை அழகாக விவரிக்கிறது.

மீன் பிடிக்கும் படகினைக் கொண்டு கடற்பரப்பில் அஞ்சாமல் வலைவிரித்து மீன்களைத் தமையன்மார்கள் கொண்டு வந்து தருவதையும் அதனைத் தழையாடை உடுத்திய அவர்களின் தங்கைமார், திருவிழாக்கள் நடைபெறும் தெருக்களில் விற்று வருவதையும் அகநானூற்றுப் பாடல் வழிக் காண முடிகிறது.

ஓங்குதிரைப் பரப்பின் வாங்குவிசைக் கொளீஇ
திமிலோன் தந்த கடுங்கண் வயமீன்,
தழைஅணி அல்குல் செல்வத் தங்கையர்
விழவுஅயர் மறுகின் விலைஎனப் பகரும்

(அகம். 320: 1–4)

உப்பு விளைவித்தல்

சங்க காலத்தில் உப்பு நான்கு முறைகளில் தயாரிக்கப்பட்டது.

கடல் நீரை நேரடியாகப் பாத்திகளில் தேக்கி வைத்து, சூரிய வெப்பத்தால் அது காய்ந்து வற்றிய பின்னர் பாத்திகளில் படியும் உப்பைச் சேகரித்துள்ளனர். இதனைக் 'கடுவெயில் கொதித்த கழிவிளை உப்பு' (நற். 154: 8) எனும் பாடலடி குறிப்பிடுகிறது.

உமணர்கள் உப்பளங்களின் பாத்திகளில் கடல் நீரை நிரப்பி உப்பை விளைவித்தனர். நற்றிணையின் 254ஆம் எனும் பாடல் இச்செய்முறையை விவரிக்கிறது.

பூமிக்கு அடியில் உள்ள உப்புநீரைக் கிணறுகளின் வாயிலாக வெளிக் கொணர்ந்து பாத்திகளில் தேக்கி வைத்து உப்பு விளைவித்தனர்.

இன்னொரு முறையில் 'கழியுப்பு' தயாரிக்கப்பட்டது. கடலை அடுத்துள்ள கழிமுகத்தில் கடல்நீர் உட்புறம் பாய்ந்து தேங்கிக் காணப்படும். சூரிய வெப்பத்தில் இந்த உவர்நீர் வற்றிக் காய்ந்து உப்பாக மாறும். இதனைச் சங்க இலக்கியம்,

வறப்பின் மாநீர் முண்டகந் தாஅய்ச் சேறுபுலர்த்து
இருங்கழிச் செறுவின் வெள்ளுப்பு விளையும்
(நற். 311: 3–4).

என்று குறிப்பிடுகிறது. இது மனித முயற்சியின்றி இயற்கையில் கிடைக்கும் கடலுப்பாகும். நெய்தல் நில பரதவர்கள் கடற்கரையிலும் கழிக்கரையிலும் உவர் நிலத்தில் உப்பை விளைவித்தனர். ஏர்ப்பூட்டி உழாமல் வெள்ளுப்பை விளைவிக்கும் பாங்குடையவர் உமணர் என்பதை 'உழா உழவர்' என்று கூறினர். இதனை 'உவர்விளை உப்பின் உழாஅ உழவர்' (நற். 331: 1) என்கிறது நற்றிணை.

விளைந்த உப்பினை எருது பூட்டிய சகடத்தின் மூலம் (வண்டி) ஏற்றிப் பக்கத்து ஊர்களுக்கும் தூரத்துப் பகுதிகளுக்கும் செல்லும்போது வண்டியின் சக்கரங்கள் ஆழ்மணலில் புதைந்துவிடுமாம். அவற்றைத் தூக்கி முன்னோக்கி ஓட்டும்போது பேரொலி எழுப்பினார்கள். (நற். 4: 7–11).

உப்பு வணிகர்கள் உப்பினை விற்பதற்காகவும் நெல்லுக்குப் பண்டமாற்றாகவும் கொடுப்பதற்குக் கடுமையான வெயில் காலத்திலும் சுற்றித் திரிந்துள்ளனர். வண்டியில் பூட்டிய எருதுகளை விரைந்து நடப்பதற்குக் கதழ்கோல் (தாற்றுக் கோல்) கொண்டு அடித்து ஓட்டினர். இதனை அகநானூறு பின்வருமாறு விவரிக்கிறது:

பெருங்கடல் வேட்டத்துச் சிறுகுடிப் பரதவர்
இருங்கழிச் செறுவின் உழாஅது செய்த
வெண்கல் உப்பின் கொள்ளை சாற்றி

என்றூழ் விடர குன்றம் போகும்
கதழ்கோல் உமணர்..................................
(அகம். 140: 1–5)

இவ்வாறு உமணர்கள் கூட்டமாகச் சென்று வணிகம் செய்வது 'சாத்து' எனப்பட்டது. உமணர் சாத்து என்கிறது அகநானூறு (119: 8). உமணர் 'ஒழுகை' என்று வண்டிகளின் தொகுதி கூறப்பட்டது (அகம். 159; புறம். 116). உப்பு வண்டிகள் பாலை, முல்லை, மருதம், குறிஞ்சி என அனைத்துத் திணைகளுக்கும் சென்றுள்ளன (அகம். 169, 191, 257, 295, 329).

நெய்தல் நிலத்து உப்பினை வண்டிகளில் மட்டுமல்லாது மூட்டைகளாகக் கழுதைகளில் ஏற்றி மேற்கேயுள்ள ஊர்களுக்குக் கொண்டு சென்றனர் (அகம். 207: 1–6). உள்நாட்டு வணிகத்திற்காக 'அத்திரி' எனும் கோவேறு கழுதைகள் வெளிநாடுகளில் இருந்து இறக்குமதி செய்யப்பட்டன (அகம். 350: 6–7; நற். 273: 7–9).

'பரதவர்கள் மீன்பிடித் தொழிலோடு பெரிய உப்பங்கழியாகிய வயலிலே உழாமலே வெண்மையான கல் உப்பினை விளைவித்தனர். உப்பு விளைவித்த பரதவர்களைச் (உமணர்) சங்ககாலப் புலவர்கள் 'உவர்விளை உப்பின் உழாஅ உழவர்' (நற். 331) என்று குறிப்பிட்டனர். குறிஞ்சிநில மக்களை 'வில்ஏர் உழவர்' என்றும், நெய்தல் நில மக்களை 'உழா உழவர்' என்றும் புலவர்கள் வர்ணித்திருப்பதைப் பார்க்கும்போது மருத நிலத்தின் வயல்சார்ந்த உழவர்களை மையமிட்டு மற்றவர்களை ஒப்பிட்டுக் கூறும் மரபு வெளிப்படுகிறது. நில வேளாளர், கடல் வேளாளர் என்றெல்லாம் யாழ்ப்பாணத்தில் வகைப்படுத்தும் மரபு இதனுடைய தொடர்ச்சி என்றே கருத வேண்டியுள்ளது.

முத்துக்குளித்தல், சங்கு குளித்தல், பவளம் எடுத்தல்

சங்க காலம் தொட்டு மீனவரின் பொருளியல் வாழ்வு கலப்புப் பொருளாதாரம் சார்ந்ததாகவே இருந்தது. மீன்பிடித்தல், முத்துக் குளித்தல், சங்கு குளித்தல், பவளம் எடுத்தல், உப்பு விளைவித்தல், மீன் உப்பு விற்றல், கடலோடி வணிகம் செய்தல், பணியாற்றுதல், மரக்கலம் கட்டுதல் முதலான தொழில்களில் ஈடுபட்டிருந்தனர். ஒரு சமூகம் ஒன்றுக்கும் மேற்பட்ட தொழில்களில் ஈடுபடுவது என்பது கலப்புப் பொருளாதாரத்திற்கு வழிவகுக்கிறது. இது வாழ்வாதாரத் தகவமைப்பாகவும், குறிப்பிட்ட பிரதேசத்தின் வளங்களை வென்றெடுத்து வாழும் தொழில்நுட்ப அறிவை வளர்த்துக்கொண்டதாகவும் அமைகின்றது. சங்க காலப் பரதவர்களின் மரபான, பாரம்பரியமான அறிவுமுறை இவ்விரண்டையும் கொண்டதாகவே காணப்படுகின்றது.

சங்க காலத்தில் கொடுமணம் (பதிற். 67: 1–2), பந்தர் (பதிற். 74: 5–6) ஆகிய இடங்களில் முத்தெடுத்தல் சிறப்புடன் நடைபெற்றது. பாண்டிய நாட்டில் கொற்கைக் குடாவிலும் (நற். 23: 6) நடைபெற்றது. பெருந்துறையில் எடுத்த முத்து 'பெருந்துறை முத்து' (அகம். 27: 9) என்றே கூறப்பட்டது. 'வலம்புரி மூழ்கிய வான்திமில் பரதவர்' (அகம். 350: 12) என்று அகநானூறு கூறுகிறது. பரதவர் வலம்புரிச் சங்குகளை எடுத்துள்ளனர். (அகம். 350: 10–11). 'வேளாப் பார்ப்பான்' என்போர் சங்குகளை அணிவளையாகச் செய்தனர் (அகம். 24: 1–2). 'கோடீர் எல்வளை' (ஐங். 200), 'கோடீர் இலங்குவளை' (குறுந். 31: 5) என வளையல்கள் பலவகையாகச் செய்யப்பட்டன.

இன்றுங்கூட முத்துக்குளித்தலும் சங்கு குளித்தலும் தொடர்ந்து நடைபெறும் இடங்களாகத் தூத்துக்குடி, இராமேஸ்வரம் கடற்பகுதிகள் காணப்படுகின்றன. இந்தியா இலங்கை நாடுகளுக்கிடையில், அதாவது வங்கக் கடலின் தென்கிழக்குப் பகுதியில் அமைந்துள்ள மன்னார் வளைகுடா சங்குகள் அதிகம் கிடைக்கும் பகுதியாக விளங்குகிறது.

சங்கு, முத்து எடுக்கும் மூழ்க்காளிகள் தங்கள் கால்களின் விரல் இடுக்குகளில் மூழ்கும் கற்களைப் பிடித்துக்கொண்டு கடலில் மூழ்குவார்கள். ஒரு படகில் ஐந்து அல்லது ஏழு மூழ்க்காளிகள் செல்வார்கள். படகை ஓட்டுபவரே முக்கியமானவர். இவர் 'பார் மன்றாடி' என்று அழைக்கப்படுவார். இவர் கடல் அனுபவம் மிக்கவர்.

கடலில் சங்குகள் மிகுந்துள்ள சங்கு நிலத்தைக் (பிறழ்) கணித்து மூழ்க்காளிகளைக் கடலுக்குள் இறக்குவார். மூழ்க்காளிகள் ஒவ்வொரு மூழ்கிலும் 50 முதல் 70 நொடிகள் நீருக்குள் இருப்பார்கள். அதிக அளவு 90 நொடிகள் நீருக்கடியில் சங்கு / முத்து தேடுவார்கள். படகின் மேலிருக்கும் 'தோடை' என்கிற ஆட்கள் மூழ்க்காளி காலிலிருந்து வரும் கயிற்றசைவைக் கணித்து அவனை வெளியே இழுப்பார்கள். ஒரே நாளில் ஒரு மீனவர் 200 சங்குகள் வரை சேர்க்க முடியும் (ஜேன் டி அல்மெய்டா 2013: 35).

தூத்துக்குடி பிரதேசத்தில் பரதவ மீனவர்களும் இராமநாத புரம், இராமேஸ்வரம் (கீழ்க்கரை) பகுதிகளைச் சேர்ந்த இலப்பை வகுப்பைச் சேர்ந்த முஸ்லீம் மீனவர்களும் பாரம்பரியமாகச் சங்கு குளித்தலில் ஈடுபட்டு வந்துள்ளனர். இன்றைய மூழ்க்காளிகள் முதுகில் இரண்டு உயிர்வாயு உருளைகளைக் கட்டிக்கொண்டு கடலின் அடியில் இரண்டு மணி நேரம் வரை தங்கிச் சங்குகளையும் முத்துக்களையும் சேகரிக்கின்றனர்.

நெய்தல் உணவு

சங்க கால நெய்தல் திணைப் பெண்கள் பிடித்து வரப்பெற்ற சுறா, வரால் மீன், வாளை மீன், ஆரல் மீன், கெடிற்று மீன், கோட்டு மீன், அயிலை மீன், கயல் மீன் உள்ளிட்ட மீன்களை அரிந்து சமைத்தனர். மிகுதியானவற்றை உப்பிட்டுக் காயவைத்துக் கருவாடு (உப்புக்கண்டம்) போட்டனர். உப்புக்கண்டம் போட்டுக் காய வைத்த துண்டுகளைப் பறவைகள் தின்ன வந்தபோது அவற்றை விரட்டும் பணியில் ஈடுபட்டனர் (நற். 49: 3–4, 331: 1–8; அகம். 20: 1–2). இதனை நற்றிணைப் பாடல் 'மீன்எறி பரதவர் மகள் நிணச் சுறா அறுத்து உணக்கல் வேண்டி இனப்புள் ஒப்பும்' (45: 6–7) என்று குறிப்பிடுகிறது.

நெய்தல் திணை மக்கள் பலவகையான மீன்களை உண்டனர். மிகையாகக் கிடைக்கும் மீன்களைக் கருவாடாகப் பதப்படுத்தி உண்பது நெய்தலில் ஏற்பட்ட ஒரு வளர்ச்சி எனலாம்.

ஆடவர் கடற்பரப்பில் துழாவிப் பிடித்துக்கொண்டு வந்த பல்வகையான மீன்களை மகளிர் காயவைத்து வற்றலில் வந்து அமரும் பறவைகளை ஓட்டிக் காவல் புரிந்து வற்றல்களை உணவுக்குப் பயன்படுத்தியதை அகநானூறு விவரிக்கிறது.

பல்மீன் உணங்கற் படுபுள் ஓப்புதும் (அகம். 80: 6)

பரதவர்கள் இருள் புலரும் விடியற்காலையிலே ஆம்பலது அகன்ற இலைகளில் திரளையான வெஞ்சோற்றினை (சூடான சோறு) இட்டு, பிரம்பின் இனிப்பினையுடைய புளிப்பான திரண்ட பழத்தைப் பெய்து ஆக்கிய புளிக்கறியுடன் உண்டதை அகநானூறு (196) பின்வருமாறு விவரிக்கிறது.

ஆம்பல் அகலிலை அமலை வெஞ்சோறு
தீம்புளிப் பிரம்பின் திரள்கனி பெய்து
விடியல் வைகறை இடூஉம் ஊர (அகம். 196: 5–7)

பொறையன் ஆளும் வளம் பொருந்திய தொண்டியில் குறுமகள் சமைக்கும் உணவு பற்றிய நேரடிக் காட்சி ஒன்றை அகநானூறு குறிப்பிடுகிறது. பெரிய கடற்பரப்பில் சிவந்த இறால்கள் நடுங்கும்படி மீன்பிடிக்கும் தன் தந்தைக்குக் குறுமகள் உப்பு விற்று வாங்கி வந்த நெல் அரிசியில் வெண்சோறு சமைத்து, சுவை மிகுந்த புளியங் கறியைச் சேர்த்துச் செய்த அயிலை மீன் குழம்பையும், கொழுமீன் கருவாட்டையும் சமைத்துக் கொடுத்தாள்.

நெடுந்திமில் தொழிலொடு வைகிய தந்தைக்கு
உப்புநொடை நெல்லின் மூரல்வெண் சோறு
அயிலை துழந்த அம்புளிச் சொரிந்து

கொழுமீன் தடியொடு குறுமகள் கொடுக்கும்
திண்தேர்ப் பொறையன் தொண்டி

(அகம். 60: 3–7)

பட்டினத்துப் பாக்கங்களில் வழிப்போக்கர்களும் இரவலர்களும் பசி தீரும் வகையில் சோறு நிரம்பிய பானை விழுவதுபோலத் தேங்காய்கள் மரங்களிலிருந்து கீழே விழுந்து கிடந்தன என்பதைப் 'புடைசூழ் தெங்கின் முப்புடைத் திரள்காய், வம்பலர் காய்ப்பசி தீர' *(பெரும்பாண். 365–366)* என்கிறது பெரும்பாணாற்றுப்படை.

நெய்தலில் முக்கிய உணவு வகைகள்

நெய்தலில் உணவு வகைகள் பெரிதும் மீன் பண்டங்களைச் சார்ந்ததாகும்.

கடலிலும் கழிகளிலும் மீன்வேட்டம் செய்த மக்கள் பல வகையான மீன்களை உண்டனர். இதனைப் 'பல்மீன் உணங்கல் படுபுள் ஓப்புதும்' என்கிறது அகநானூறு (80).

மிகுதியான மீன்களை அரிந்து உப்பிட்டுக் காயவைத்துக் கருவாடு போட்டனர் (நற். 49).

விடியற் காலையிலேயே அகன்ற ஆம்பல் இலையில் திரளையான வெஞ்சோற்றினை (சூடான சோறு) இட்டு, புளிப்பான பழத்தைப் பெய்து ஆக்கிய புளிக்கறி யுடன் உண்டனர் (அகம். 196).

பண்டமாற்றம் செய்து வாங்கி வந்த நெல் அரிசியில் வெண்சோறு சமைத்து, சுவை மிகுந்த புளியங் கறியைச் சேர்த்துச் செய்த அயிரை மீன் குழம்பையும், கொழுமீன் கருவாட்டையும் தன் தந்தைக்குச் சமைத்துக் கொடுத்தாள் ஓர் இளமகள் (அகம். 60; குறுந். 178: 1).

ஆமை முட்டையை ஆம்பல் கிழங்கோடு உண்டனர் (புறம். 176).

காயவைக்கப்பட்ட குழல் மீனின் சுட்ட கருவாடு தொடுகறியாய் அமைந்தது (சிறுபாண். 163).

இறால் வறுவலும் வயல் ஆமையின் புழுக்கப்பட்ட இறைச்சியும் சோற்றுக்குத் தொடுகறியாய் விளங்கின (பட்டின. 63–64).

பசும் மீன்களை விற்றுப் பெற்ற வெண்ணெல்லின் மாவுடன் தயிர் கலந்து பிசைந்த கூழ் உணவாகக் கொள்ளப்பட்டது (அகம். 340).

உப்பு விற்றுப் பெற்ற நெல்லின் 'மூரல்' (வெண்சோறு) சோற்றுடன் அயிலை மீன் புளிக்குழம்பு சேர்த்துண்டனர் (அகம். 60).

பட்டினத்துப் பாக்கங்களில் பசியுடன் வரும் வழிப் போக்கர்களும் இரவலர்களும் பசிதீரும் வகையில் தென்னை மரங்களிலிருந்து தேங்காய்கள் விழுந்து கிடக்கும் (பெரும்பாண். 365–366).

பின்னுரை

குறிஞ்சியின் கானமும் நெய்தலின் புனல் பரப்பும் கோட்பாட்டளவில் ஒருபடித்தானவை. குறிஞ்சியில் காடு அனைவருக்கும் பொதுவானது. அங்கு உணவுக்காக ஆண்கள் வேட்டையாடினார்கள். பெண்கள் காடுபடு பொருள்கள் சேகரித்தார்கள். இருபாலரும் எளிய தொழில்நுட்பத்தைப் பயன்படுத்தினார்கள். இந்தத் தொழில்நுட்பம் அனைவரும் பயன்படுத்துமளவிற்குச் சனநாயகத் தன்மை கொண்டதாக இருந்தது. அதனை யாரும் காப்புரிமை கொண்டிருக்கவில்லை.

நெய்தல் திணையிலும் இத்தன்மைகளைக் காணமுடியும். கடல் அனைவருக்கும் பொதுவானது. யாரும் சொந்தம் கொண்டாடியதில்லை. கடலிலும் கழிகளிலும் மீன் பிடிக்கும் தொழில்நுட்பம் எளிமையானது. கரையோரத்தில் உப்பு விளைவித்தலிலும், கடலில் முத்துக்குளித்தலிலும், சங்கு சேகரித்தலிலும் எளிய தொழில்நுட்பமே பயன்பட்டது. அது சனநாயகத் தன்மை கொண்டதாக இருந்தது. அனைவரும் எளிதில் கற்றுக் கொண்டு பயன்படுத்த முடிந்தது.

இவ்வாறாக, குறிஞ்சியும் நெய்தலும் ஒருபடித்தான தன்மைகளைப் பெற்றிருந்தாலும், குறிஞ்சியின் உணவாதாரம் வேட்டை, சேகரித்தல், வன்புல வேளாண்மை, பாதீடு ஆகிய நான்கு ஆதாரங்களையே நம்பியிருந்தது. ஆனால் நெய்தலின் உணவாதாரம் சேகரித்தல், பண்டமாற்றம், உற்பத்தி (உப்பு), வணிகம் ஆகிய வேறு நான்கு ஆதாரங்களைக் கொண்டிருந்தது. இவையாவும் உணவாதாரத்திலும் உணவு முறையிலும் பிரதிபலித்ததை இவ்வியலில் காண முடிகிறது.

4

நீர்ப்படுகை சார்ந்த உணவாதாரம்

திணை

வயலும் வயல் சார்ந்த பகுதியும் மருதம் என்றழைக்கப்பட்டது. மலைக்கும் கடலுக்கும் இடைப்பட்ட சமவெளி *(valley)* மருத நிலமாகும். மலைகளில் தோன்றும் ஆறுகள் சமவெளிகளின் ஊடாக ஓடிக் கடலில் கலக்கின்றன. இதனால் மருத நிலத்தில் நீர்வளம் மிகுந்து பயிர்கள் செழித்து வளர்கின்றன. பண்டைத் தமிழர் கண்ட ஐந்திணைகளில் மருதத்தையும் நெய்தலையும் 'மென்புலம்' என்றும், மருத நிலத்தை 'நாடு' என்றும் அழைத்தனர்.

மருத நிலம் பல்வேறு பெயர்களில் அழைக்கப் பெற்றது. செய் *(அகம். 26,78; புறம். 318, 395)*, பழனம் *(நற். 200, மதுரை. 257)*, புலம் *(புறம். 260, 379)*, புலன் *(பதிற். 25;அகம். 304, புறம். 395)*, மென்பால் *(பதிற். 75; புறம். 384)*, மென்புலம் *(ஐங்.119; புறம். 42, 209, 395)*, வயல் *(அகம். 13; ஐங். 2; கலி. 66; நற்.8; புறம்.15)* படப்பை *(அகம். 204, 272, 376)* என்றெல்லாம் சுட்டப்பட்டுள்ளன.

மக்கள்

மருதத் திணையில் வேளாண்மை மட்டு மன்றிப் பல்வேறு தொழில்களும் பெருகின. கைவினைஞர்களும் பெருகினர். இதன் பிரதிபலிப்பாக உழவுத் தொழிலில் ஈடுபட்டவர்களும் அவர்களின் செயல்களுக்கு ஏற்ப பல்வேறு பெயர்களில் அழைக்கப்பெற்றனர்.

அகவர் – (பொருநர். 220) அரிஞர் – (அகம். 84; புறம். 348) அரிநர் – (பதிற். 19; ஐங். 190) அரிவணர் – (நற். 400) அரிவார் – (குறுந். 375) உழவர் – (குறுந். 155; பதிற். 20; புறம். 13) உழவன் – (குறுந். 131; புறம். 230) ஏராளர் – (பதிற். 76) ஏரின் வாழ்நர் – (புறம். 375) ஏரோர் – (சிறுபாண். 233) கடைசியர் – (புறம். 61) களமர் – (நற். 125; அகம். 366; புறம். 387) தொழுவர் – (நற். 195; புறம். 24; நெடு. 49) புனவன் – (நற். 119; குறுந்.105, 133; அகம். 140) வினைஞர் – (பதிற். 62; ஐங். 81; அகம். 84; புறம். 61)

நில உடைமையாளர்கள் கிழார் என்றும், செய்யும் வேலைக்கேற்ப 'கைவினை மக்கள்' (குறுந்.10), 'எருமை உழவர்' (நற். 60), 'நெல் அரிஞர்' (நற். 215, 350, 400), 'எரு தெறிகளமர்' (நற்.125; மதுரை. 262) என்றெல்லாம் அழைக்கப்பட்டதைக் காண்கிறோம்.

மருதம் வளமான பிரதேசம். அங்கு ஆம்பல் போன்ற மலர்கள் பூத்திருப்பதால் நீர் வளம் மிக்கதாக அது சுட்டப் படுகின்றது. (மதுரை. 246–258)

மருத நிலத்தின் முக்கிய விளைபொருட்களாக நெல்லும் கரும்பும் இருந்தன. இவை பணப் பயிராகவும் கருதப்பெற்றன. மருத நிலம் இவற்றை அடிப்படையாகக் கொண்டே வளம் பெற்றுத் திகழ்ந்தது. நெல் என்னும் சொல் சங்க இலக்கியங்களில் 102 இடங்களில் ஆளப்பட்டுள்ளது (மாதையன், பெ. 2004: 25).

மருத நிலத்து ஊர்கள் வாளை மீன்கள் துள்ளுகின்ற இடங்களைக் கொண்டவை. கரும்புகளை ஆலையில் இட்டுச் சாறு பிழியும் தொழில் ஓயாமல் நடைபெற்றதால் அவ்வோசை கேட்டு வாளைமீன்கள் பிறழ்ந்த வண்ணம் இருந்தன என்பதைக் 'கரும்பின் எந்திரம் சிலைப்பின், அயலது, இருஞ்சுவல் வாளை பிறழும்' (புறம். 322: 7–8) எனும் புறநானூற்றுப் பாடலடிகள் சுட்டுகின்றன.

பெரும்பாணாற்றுப்படையில் பின்வரும் வர்ணனை கரும்பாலையின் தன்மையைக் கூறுகிறது. நெல் விளையும் கழனிகளை அடுத்துக் கரும்புத் தோட்டங்கள் வரும். மூங்கில் காடுகளில் யானைகள் முறிக்கும் சத்தம் போலக் கரும்பை நெறிக்கும் எந்திரத்தின் ஓசை கேட்கும். அங்கே கரும்புப் பால் காய்ச்சுவார்கள். அவ்விடம் சென்று கரும்புச்சாறு பருகுங்கள் என்று பாண் கலைஞர்களை ஆற்றுப்படுத்தும் வரிகளைப் பெரும்பாணாற்றுப்படையில் (257–262) காணலாம்.

மலைச்சாரலில் எண்ணிறைந்த ஆலைகளும் ஒரே நேரத்தில் ஆடுதலால் எழும் ஆரவாரம் யானைக் கூட்டம் பிளிறுவதைப் போல இருந்தது என்பதை

எந்திரம் சிலைக்கும் துஞ்சாக் கம்பலை
விசயம் அடூஉம் புகைசூழ் ஆலைதொறும்
கரும்பின் தீஞ்சாறு விரும்பினிர் மிசைமின்

(பெரும். 257–262)

எனும் பாடலடிகள் குறிப்பிடுகின்றன. கருப்பஞ்சாற்றை மக்கள் உண்டு மகிழ்ந்தனர். இல்லத்துக்கு வரும் விருந்தினர்களுக்கும் கலைஞர்களுக்கும் அதனைக் கொடுத்து மகிழ்ந்தனர்.

வேளாண் உணவாதாரம்

வேளாண் தொழில் நன்கு வளர்ச்சியடைந்த நிலையைச் சங்க இலக்கியம் பேசுகிறது. சேற்று நிலத்தில் நெல்லை விதைத்துப் பயிரிட்டுள்ளனர். நாற்றங்காலில் நாற்று வளர்த்துப் பின்னர் பெயர்த்தெடுத்துப் பயிரிட்டனர். சேற்றுழவு செய்ததை

குடிநிறை வல்சிச் செஞ்சா லுழவர்
நடைநவில் பெரும்பகடு புதவிற் பூட்டிப்
பிடிவா யன்ன மடிவாய் நாஞ்சில்
உடுப்புமுக முழுக்கொழு மூழ்க வூன்றித்
தொடுப்பெறிந் துழுத துளர்படு துடவை
....
உழாஅ நுண்பொளி நிரவிய வினைஞர்

(பெரும்பாண். 197–212)

எனும் பாடலடிகள் குறிப்பிடுகின்றன. விதை விதைத்து நெல் பயிரிட்ட முறையை 'வித்திய உழவர் நெல்லொடு பெயரும்' என ஐங்குறுநூறு (3:4) குறிப்பிடுகிறது.

ஒரு வேலி நிலத்தில் ஆயிரம் கலம் செந்நெல்லை விளைவித்துள்ளதைச்

சாலி நெல்லின் சிறைகொள் வேலி
ஆயிரம் விளையுட்டு ஆக
காவிரி புரக்கும் நாடு கிழவோனே

(பொருநர். 246–248)

எனும் பொருநராற்றுப்படை வரிகள் பதிவிடுகின்றன. மேலும், விளைந்த நெற்பயிரை அறுத்துக் களத்திற்குக் கொண்டு வந்து அடித்துக் காற்றில் தூற்றி நெல்லைக் குவித்தனர் என்கிறது அகநானூறு (30: 6–8).

தானியங்களைச் சேமித்து வைப்பதற்கான நெற்குதிர்கள் உழவர் வீடுகளில் இருந்தன. இதனைக் 'குமரி மூத்த கூடு ஓங்கு நல்இல்' என்கிறது பெரும்பாணாற்றுப்படை (247).

மேற்கூறிய தரவுகள் அனைத்தும் சங்க கால வேளாண் தொழிலின் செழிப்பைக் காட்டுகின்றன.

மருதநில உணவு

மருதத் திணையில் நெல்சோறு முதன்மையானது. சங்க இலக்கியங்களில் செந்நெல், வெண்ணெல் (புறம். 399; நற்.183) எனும் இரு வகைகளைக் காணமுடிகிறது. இவற்றில் வெண்ணெல் உயர்ந்தது. இரண்டு வகைகளையும் விரும்பி உண்டனர்.

பழனப் பாகல் முயிறுமூசு குடம்பைக்
கழனி நாரை உரைத்தலின் செந்நெல்
விரவுவெள் ளரிசியின் தாஅம் ஊரன்

(நற். 180: 1–3)

சோற்றை வல்சி (பெரும். 255), சொன்றி (பெரும்.130), மிதவை (அகம். 86), அடிசில் (சிறுபாண். 242; பதிற். 45), புன்கம் (புறம்.8), விதவை (புறம். 326), துழவை (பெரும்பாண். 275), கூழ் (பெரும்பாண். 175) எனப் பல்வேறு பெயர்களால் அழைத்தனர். இவை ஒவ்வொன்றும் வெவ்வேறான சமையல் முறையைக் குறிப்பதாகும். (சண்முகம் பிள்ளை, மு. 2004: 143–44).

பசி அறியப்படாத ஊராய் மருத நில ஊர் காட்டப் பட்டுள்ளது. செந்நெல், வெண்ணெல் உணவு இம்மக்களின் அடிப்படை உணவாய் உள்ளது. வாளைமீன், வரால், நண்டு, வெண்சோறு ஆகியன உழவர் மக்களின் உணவாகக் காட்டப்பட்டுள்ளன.

உழவர் வீடுகளில் பலவகையான உணவுப் பண்டங்கள் இருந்தன. பலாப்பழம், தெங்கின் இளநீர், பனை நுங்கு, முதிர்ந்த வாழைப் பழம், சேம்பின் கிழங்கு, காய்கறிகள், பால் பொருட்கள் என விதவிதமான பொருட்கள் இருந்ததைப் பெரும்பாணாற்றுப்படை (354–366) கூறுகிறது.

மருத நிலத்தில் வயல்களில் வேலை செய்யும் உழவர்கள், முல்லை நிலத்தில் தம் எருதுகளை மேய விடுவர். ஆட்டிறைச்சியுடனே வாளை மீனைப் பழைய சோற்றுடன் உண்டு மகிழ்ந்தனர். இதனை

மென்புலத்து வயல்உழவர்
வன்புலத்துப் பகடுவிட்டு
குறுமுயலின் குழைச்சூட்டொடு
நெடுவாளைப் பல்உவியல்
பழஞ்சோற்றுப் புகவுஅருந்தி (புறம். 395: 1–5)

எனும் இப்பாடலடிகளில் காணமுடிகின்றது.

மருத நிலத்தில் முக்கியப் பணியாக வேளாண்மை உள்ளது. இத்தொழிலில் பெண்களின் பங்கு மிகுதியாகும். களையெடுத்தலும்,

நாற்று நடுதலும் பெண்களாலேயே செய்யப்பட்டன. விளை நிலங்களைக் காவல் செய்யும் பணியையும் பெண்கள் செய்தனர். அதுமட்டுமின்றி வயலில் வேலை செய்துவிட்டு இல்லம் திரும்பும் போது வயலில் கிடைக்கும் மீன்களையும், வயல் நண்டுகளையும் பிடித்து வந்து சமைத்தனர்.

மருத நிலத்துப் பெண்கள் வரால் மீன் குழம்பைச் சமைத்துத் தலைவனுக்குச் சோற்றுடன் கொடுக்க அதனை உண்டுவிட்டுத் தன் தலைவியுடன் நாற்று நடுவதற்குச் செல்கிறான். பெண், உணவு சமைத்து இல்லத்தைப் பராமரித்துவிட்டு வயலில் சென்று பணிபுரிகிறாள். இதன் மூலம் தலைவி இல்லறப் பணியுடன் பொருளாதாரத்தை மேம்படுத்திக் கொண்டு வாழ்வில் சிறப்புற்றாள் என்பதைப் பின்வரும் நற்றிணைப் பாடலில் காணமுடிகிறது.

நீர்உறு செறுவின் நாறுமுடி அழுத்தநின்
நடுநரொடு சேறி ஆயின் (நற். 60: 7–8)

பச்சரிசிக் கஞ்சியை மக்கள் விரும்பி அருந்தியுள்ளனர் (மலைபடு. 454–464).

பசிய அவல் இடிப்பதற்குப் (பச்சை நெல்லை இடித்துச் செய்யப்படும் அவல்) பயன்படுத்திய உலக்கை வயிரம் பாய்ந்து இருக்கும். இவற்றைக் கொண்டு பாசவல் இடித்தனர். அவல் இடிக்கும் பெண்கள் உலக்கையை வயல் வரப்புகளில் கிடத்தி விட்டு, தொண்டியின் கடற்கரைப் பகுதியில் வண்டல் இழைத்து மகிழ்வர் என்பதை

பாசவல் இடித்த கருங்காழ் உலக்கை
ஆய்கதிர் நெல்லின் வரம்புஅணைத் துயிற்றி
ஒண்தொடி மகளிர் வண்டல் அயரும்
(குறுந். 238: 1–3)

எனும் இவ்வடிகள் சுட்டுகின்றன.

வறுமை நிலை ஏற்பட்ட போதிலும் தனக்கு உண்டான பணியினைத் தலைவி சிறப்புடன் மேற்கொண்டாள். இளைத்த உடலை உடைய பெண், கடும்பசியால் குப்பையில் விளைந்த வேளைக் கீரையைக் கிள்ளி வந்து உப்பு இல்லாமல் வேக வைத்துச் சுற்றத்தினரின் பசியைப் போக்கினாள் என்பதை

குப்பை வேலை உப்புஇலி வெந்ததை
மடவோர் காட்சி நாணி கடைஅடைத்து
இரும்பேர் ஒக்கலொடு ஒருங்குஉடன் மிசையும்
(சிறுபாண். 137–139)

என்று சிறுபாணாற்றுப்படை குறிப்பிடுகிறது. இந்நிகழ்வில் தலைவியின் இல்லற மாண்பு வெளிப்படுகிறது.

வெண்மையான மோரில் அளவாக இனிய புளியம்பழத்தின் புளிப்பையும் சேர்த்து உலையாக வைத்துக் கைக்குற்றல் அரிசியைச் சமைத்தனர். இதனைப் புறநானூறு (399)

அடுமகள் முகந்த அளவா வெண்ணெல்
தொடிமாண் உலக்கைப் பருஉக்குற் றரிசி
காடி வெள்ளுலைக் கொளீஇ நீழல்
ஓங்குசினை மாவின் தீங்கனி நறும்புளி
மோட்டிவரு வராஅல் கோட்டுமீன் கொழுங்குறை
(புறம். 399: 1–5)

என வர்ணிக்கிறது.

மருத நிலத்தில் விதவிதமான கஞ்சியைக் காய்ச்சி உண்டனர். இதனை அகநானூறு (37: 12–14) வர்ணித்துள்ளது. கொள்ளும் பயறும் அளவாகக் கலந்து பாலுடன் ஆக்கிய அவிழ் கஞ்சியைக் குடித்துக்கொண்டே இருந்தனராம். குடிக்கும் கைகளை அகற்றும் வரை உண்டனர் என்கிறது இப்பாடல்.

கொழியலரிசியைக் களியாகத் துழாவிச் செய்த கூழையும் குடித்தனர். சூடான கூழை அகன்ற வாயுடைய தட்டில் இட்டு ஆற்றி உண்டனர் (பெரும்பாண். 275–281).

முளைத் தானியத்தை இடித்துச் செய்த அடை விருப்ப உணவாக இருந்ததைப் 'பூம்புற நல்அடை அளைஇ' (பெரும்பாண்.278) எனும் பாடலடி குறிப்பிடுகிறது.

மருத நிலத்தில் நெல் சோற்றுடன் பழஞ்சோறு உண்ணுதலும் பழக்கத்தில் இருந்தது. கள் குடித்ததால் ஏற்பட்ட மயக்கம் தீர்வதற்கு இப்பழஞ்சோறு பயன்பட்டது என்பதைப் புறநானூறு

மூழ்ப்பப் பெய்த முழுஅவிழ்ப் புழுக்கல்
அழிகளிற் படுநர் களியட வைகின்
பழஞ்சோறு அயிலும் முழங்குநீர்ப் படப்பை
(புறம். 399: 9–11)

இப்படிக் கூறும் மருத நில உணவு வகைகளில் காய்கறிகளும் ஊன் துவை அடிசிலும் உண்டு. குழம்பும், பொரிக்கறிகளும், துவையலும், இறைச்சியால் செய்யப்பட்ட கறி வகைகளும் சிறப்பானவை. இதனைப் புறநானூறு 'பூ நாற்றத்த புகைகொளிஇ ஊன்துவை, கறிசோறு உண்டு' எனக் குறிப்பிடுகிறது (புறம். 14: 12–14).

'சோறுவேறு என்னா ஊன்துவை அடிசில்' என்று பதிற்றுப்பத்து (45:13) குறிப்பிடுகிறது. மருத நில உழவர்களும்

உழத்திகளும் கருவாட்டைச் சுட்டும், வயல் ஆமைகளை வேகவைத்தும் உண்டனர். இதனைப் பட்டினப்பாலை

கருந்தொழில் கலிமாக்கள்
கடல்இறவின் சூடுதின்றும்
வயல்ஆமைப் புழுக்குஉண்டும் (பட்டின. 62–64)

எனக் குறிப்பிடுகிறது.

மருத நிலத்தில் பெண்கள் உணவு சமைத்தல்

பெண்ணின் இல்லற மாண்பு மருதத் திணையிலும் புலப்படுகிறது. சோறாக்குவதற்கு வேண்டிய வெண்ணெல்லை அளக்காமல் முகந்து கொண்டு வந்து, பருத்த உலக்கையால் குற்றி, குற்றிய அரிசியைக் கொண்டு உலையில் இட்டுச் சோறு ஆக்கினாள். மாங்கனியைப் பிசைந்து புளிக்குழம்பு செய்தாள். சுறா மீனைத் துண்டுகளாக்கிச் சமைத்தாள். வயலில் கிடைக்கும் வள்ளைக் கீரையையும், பாகற்காயையும் சமைத்தாள். நாள் முழுதும் உழைக்கும் களமருக்கு உணவினை வழங்கினாள். உணவினை உண்டு, கள்ளினை அருந்தி மயக்கத்தில் இருந்தனர். விடியற் காலத்தில் பழஞ்சோற்றை உண்டனர். நெல் குற்றி, சோறாக்கி உழவர்களுக்கு உணவு வழங்கித் தன் இல்லறத்தை மேம்படுத்தினாள். இதனைப் புறநானூறு

அடுமகள் முகந்த அளவா வெண்ணெல்
தொடிமாண் உலக்கைப் பரூஉக் குற்றரிசி
காடி வெள்உலைக் கொளீஇ நீழல்
ஓங்குசினை மாவின் தீங்கனி நறும்புளி
மோட்டிவரு வராஅல் கோட்டுமீன் கொழுங்குறை
செறுவின் வள்ளை, சிறுகொடிப் பாகல்,
பாதிரி ஊழ்முகை அவிழ்விடுத்து அன்ன
மெய்களைந்து இன்னொடு விரைஇ
(புறம். 399: 1–8)

என்று கூறும்.

இல்லத்தில் இருந்துகொண்டு ஓயாமல் உணவு சமைக்கும் பணியில் பெண் தன்னை ஈடுபடுத்திக்கொண்டாள். பாணர்க்கும் பரிசிலர்க்கும் உணவு வழங்க, ஓயாமல் ஊன் உணவினைச் சமைத்துக்கொண்டே இருந்தாள். அவளுக்கு ஓய்வே இல்லை. அந்த வகையில் விருந்தோம்பும் பணியைச் சிறப்புற ஆற்றினாள் என்பதைப் புறநானூறு (334) குறிப்பிடுகிறது.

ஒரு பெண் தன் வீட்டில் உணவு சமைக்கும் இயல்பினையும், சமைக்கும்போது ஏற்படும் சிரமத்தையும் பொறுத்துக் கொள்கிறாள். வாளை மீனைக் கொண்டு வந்து, அதனை உண்ணும் வகையில்

மெல்லிய விரல் சிவக்கும்படி நறுக்கினாள். உணவு சமைக்கும் போது நெற்றியில் வியர்வை தோன்ற அதனைத் தன் புடவையின் தலைப்பிலே துடைக்கிறாள். வியர்வையைத் துடைத்த வண்ணம் உணவு சமைக்கிறாள் (நற். 120: 4–8).

தனக்கு ஏற்படும் இன்னல்களைப் பொருட்படுத்தாது இல்லறப் பணியை மேற்கொண்டாள். மருத நிலங்களில் பல வகையான நெல் வகைகள் பயிரிடப்பட்டன. இராசா அன்னம் என்பது உயர்வகை நெல்லாகும். பண்டமாற்றில் விலையை அறுதியிட நெல்லே பயன்பட்டது. நெல்லைப் புழுக்கிக் காய வைத்து இரும்பு உலக்கையினால் குத்தி அரிசியாக்கினர். நெற்சோற்றை நண்டுக்கறியோடு உண்டனர். கடுகு இட்டுக் காய்கறிகளைத் தாளித்தனர். வரால்மீன் குழம்புக்கு மாங்கனியைப் புளியாகப் பயன்படுத்தினர் (சிறுபாண். 193–195).

மேற்கூறிய கலவைச் சோற்றுடன் நெய்யையும் கலந்து சமைத்தனர் என்பதை 'மைப்புஅறப் புழுக்கின் நெய்க்கனி வெண்சோறு, வரையா வண்மையொடு புரையோர்ப் பேணி' என்கிறது அகநானூறு (136: 1–2).

உழவரின் தங்கை, வெண்மையான சோற்றினை, நண்டினது கலவையோடு உண்பதற்காக வழங்குகிறாள் (சிறுபாண். 193–195).

விருந்தோம்புதல் தமிழர் பண்பாடு என்பதை மெய்ப்பிக்கும் வகையில், உழவர்கள் தம் இல்லம் வரும் விருந்தினர்களுக்குத் தம் உழைப்பால் பெற்ற வெண்மை நிற நெற்சோற்றைத் தம் இல்லங்களில் வளர்த்த கோழியோடு சமைத்துக் கொடுத்து விருந்தோம்பும் பண்பை நிலை நாட்டியதை “வினைஞர் தந்த வெண்ணெல் வல்சி, மனைவாழ் அளகின் வாட்டொடும் பெறுகுவீர்” என்கிறது பெரும்பாணாற்றுப்படை (255–256).

வயலைச் செப்பம் செய்யும்போது தளம்பு என்னும் கருவியால் துண்டிக்கப்படும் வாளைமீனைக் கொண்டு வந்து கறியுணவாகச் சமைத்துச் சோற்றுடன் சேர்த்து உண்டனர். இதனைப் 'பழன வாளைப் பரூஉக் கண்துணியல், புதுநெல் வெண்சோற்றுக் கண்ணுறை ஆக' என்கிறது புறநானூறு (61: 1–5).

அவரைப் புளிக்குழம்பும் நெய்ச்சோறும் விரும்பி உண்டதை மலைபடுகடாம் (434–443) குறிப்பிடுகிறது.

வறுமை சூழ்ந்த வீட்டில் குப்பைக் கீரையை உப்பிட்டுச் சமைக்கவும் வழியில்லாமல் பச்சையாக உண்டனர். அதனைப் 'பாசடகு' என்றே புறநானூறு குறிப்பிடுகிறது. கீரையை 'அடகு', 'இலைக்கறி' என்று பண்டைத் தமிழர்கள் அழைத்துள்ளனர். இதனைக்

குப்பைக் கீரை கொய்கண் அகைத்த
முற்றா இளந்தளிர் கொய்துகொண்டு உப்புஇன்று

நீர் உலையாக ஏற்றி மோர் இன்று
அவிழ்ப்பதம் மறந்து பாசடகு மிசைந்து

(புறம். 159: 9–12)

எனப் புறநானூறு பேசுகிறது.

போரில் கணவனை இழக்கும் மறப்பெண்டிர் தனிமையில் வாழும்போது காமத்தை நீக்கி, அடகினை உப்பில்லாமல் சமைத்து, குளிர்ந்த நீரால் குளித்துக் கைம்மை மேற்கொண்டனர். அடகினைப் (கீரை) பச்சையாக உண்டவர்களும் உண்டு. அதனைப் 'பாசடகு' 'பாசடகு மிசையார் பனிநீர் மூழ்கார்' என்று குறிப்பிட்டனர். (புறம். 62: 13–15)

அடகு பற்றிய மேலும் பல செய்திகளைச் சங்க இலக்கியத்தில் காணமுடிகிறது (புறம்.140, 197, 318; மதுரை. 527–531).

மருதநில வாழ்வில் மக்கள் பல்வேறு குழம்பு வகைகளை வைத்து உண்டுள்ளனர். கருணைக்கிழங்கு குழம்பு பற்றிப் 'பரல்வறைக் கருணை காடியின் மிதப்ப, அயின்ற காலை' என்கிறது பொருநராற்றுப்படை (113–116).

கருப்பஞ்சாற்றைக் காய்ச்சிப் பாகு, வெல்லம் தயாரித்தனர். வெல்லப்பாகும் பாலும் கலந்த செந்நெல் அவல் கொடுத்து விருந்தினர்களை மகிழ்வித்தனர் என்கிறது அகநானூறு

...............................கழனிக் கரும்பின்
பால்பெய் செந்நெல் பாசவல் பகுக்கும்

(அகம். 237: 11–13)

வெல்லப்பாகு முற்றிய பின்னர் கற்கண்டு (கடிகை) தயாரித்து உண்டதை, 'அமிர்தியன் றன்ன தீஞ்சேற்றுக் கடிகை' என மதுரைக்காஞ்சி (532) குறிப்பிடுகிறது.

உணவுப் பொருட்களைப் பாதுகாத்தல்

பெண்கள் இல்லத்தில் பல்வேறு உணவுப் பொருட்களைக் காயவைத்துப் பாதுகாக்கும் பணியைச் செய்தனர். சோழ நாடு வளமிக்கதாக விளங்கியது. அழகும், மடமையும் மிக்க மகளிர் தனக்கு ஏற்ற அணிகலன்களை அணிந்து கொண்டு செல்வம் மிகுந்த வீட்டின் அகன்ற முற்றத்தில் நெல்லை உலர வைக்கின்றனர். உலருகின்ற நெல்லைத் தின்னும் கோழியைப் பொன்னால் செய்த மகரக் குழையால் எறிந்து விரட்டினர். அந்த அளவுக்குச் செல்வ வளம் மிக்கதாக மருத நிலம் இருந்துள்ளது என்பதை

விளைவுஅறா வியன்கழனி
கார்க்கரும்பின் கமழ்ஆலைத்
தீத்தெறுவின், கவின்வாடி,
நீர்ச்செறுவின் நீள்நெய்தற்
பூச்சாம்பும் புலந்துஆங்கண்,
காய்செந்நெல் கதிர்அருந்து
மோட்டுஎருமை முழக்குழவி,
கூட்டுநிழல் துயில்வதியும்
கோள்தெங்கின், குலைவாழை
காய்க்கமுகின் கமழ்மஞ்சள்,
இனமாவின் இணர்ப்பெண்ணை,
முதற்சேம்பின், முளைஇஞ்சி
அகல்நகர் வியன்முற்றத்து,
சுடர்நுதல் மடநோக்கின்,
நேர்இழை மகளிர் உணங்குஉணாக் கவரும்
கோழி எறிந்த கொடுங்கால் கனங்குழை

(பட்டின.)

எனப் பட்டினப்பாலை (8–23) குறிப்பிட்டுள்ளது.

தொண்டி என்னும் ஊரில் உள்ள வயல்களில், வெண்ணெல் பருவம் மாறாமல் விளைந்து செழிப்புற்றுக் காணப்பட்டன. வெண்ணெல் அரிசியால் ஆக்கிய சோற்றை விரும்பி உண்டு விருந்தினர்களுக்கும் வழங்கினர் (குறுந். 210: 3) எனக் குறுந்தொகைப் பாடலடி சுட்டுகின்றது.

வயலில் சேற்றின் கீழ் இருக்கும் ஆரல் மீன்களும் நீரின் மேல் துள்ளும் வாளை மீன்களும், வரால் மீன்களும், கயல் மீன்களும், ஆமைகளும் மிகுதியாகக் காணப்பட்டன. இவற்றை விருந்தினர்களுக்குச் சமைத்து வழங்கினர் (புறம். 249: 1–7) என்பதைப் புறநானூறு வழி அறியமுடிகிறது.

நெற்கதிர்களை அறுவடை செய்யும்போது கிடைக்கும் மீன்களையும், வயலை உழும்போது கிடைத்த ஆமைகளையும், கரும்பில் இருந்து எடுத்த தேனையும் சேர்த்து, மகளிர் பறித்து வந்த பூக்களையும் விருந்தினர்களுக்கு வழங்கியதைப் புறநானூறு குறிப்பிடுகிறது (42: 12–18).

மருத நிலத்தில் நெல்லை அறுவடை செய்து கதிர்களை மாறுபட வைத்து இறுக்கிக் கட்டுவர். அக்கட்டுகளைக் கள்ளுண்டு களித்திருக்கும் உழவர்கள் (களமர்) சுமந்து களந்தோறும் கொண்டு செல்வர். மருத நிலத்தில் உழவர்கள் தம் உழைப்பின் களைப்புத் தெரியாமல் இருக்கக் கள்ளினைப் பருகினர். இதனை "அரிஞர் யாத்த அலங்குதலைப் பெருஞ்சூடு, கள்ஆர் வினைஞர் களம்தொறும் மறுகும்" என்கிறது அகநானூறு (12–13). அகநானூறு 37ஆம் பாடலும் கள் அருந்தும் முறையைக் குறிப்பிடுகிறது.

சங்க காலத் தமிழர் இறப்பைத் தடுக்கும் அமிழ்தமே கிடைத்தாலும் விருந்தினர் புறத்தே இருக்கத் தான் மட்டும் உண்ண மாட்டார்கள் என்பதை, 'இந்திரர் அமிழ்தம் இயைவ தாயினும், இனிதெனத் தமியர் உண்டலும் இலரே' எனும் புறநானூற்றுப் பாடல் (181) சுட்டுகின்றது.

வயலில் விளைச்சல் மிகுந்து வளம் பெறவும், பசுக்கள் வளம் பெறவும் வேண்டி ஒருசேரப் பெண்கள் நோன்பு இருந்தனர். பகடு எண்ணிக்கையில் பெருகியும், பால் மிகுதியாகப் பெருகியும், உழவர் விதைத்த நெல், நன்கு விளைந்து பின் பலமடங்கு விளைவோடு திரும்ப வேண்டியும் பெண்கள் நோன்பு இயற்றியமையைக் காணமுடிகிறது.

பால்பல ஊறுக! பகடுபல சிறக்க!
எனவேட் டோளே யாயே, யாமே
வித்திய உழவர் நெல்லொடு பெயரும்
....
வாழ்க்கை பொலிக! (ஐங். 8: 2–4)

மருத நிலத்தில் நெல், உணவிற்காக மட்டுமின்றி, இறைவழிபாட்டிலும் திருமணச் சடங்கிலும் இடம்பெற்றுள்ளது. நீரில் குளிர்ந்த இதழ்களையுடைய மலர்களை நெல்லுடன் கலந்து மணமக்களின் தலையில் தூவி வதுவை மணத்தை நடத்தி முடித்தனர் (பெரும்பாண். 306–310).

எத்தகைய வறுமை ஏற்பட்ட காலத்திலும் விதைப்பதற் கென்று எடுத்து வைத்த தானியங்களைச் சமைத்து உண்ணும் வழக்கம் பண்டைத் தமிழரிடம் இல்லை. விதையைச் சமைத்து உண்பது அறிவற்ற செயலாகக் கருதப்பட்டது. இதனை 'நனிபேதையே, நயன்இல் கூற்றம், விரகு இன்மையின் வித்து அட்டு உண்டனை' என்கிறது புறநானூறு (227: 1–4).

மக்கள் வாழ்வதற்கு அடிப்படையாக வயல் விளங்குகிறது. அந்த வயலில் வருவாயை உருவாக்க விதை காரணமாகக் கருதப்படுகிறது. விதையை உண்ணுவதால் வருவாய் குன்றிவிடும். எனவே, விளைச்சலில் தரம் வாய்ந்த விதைகளைச் சேமித்து வைத்துப் பாதுகாத்தனர். அப்படிப் பாதுகாத்த விதைகளை உண்பது அறமற்ற செயலாகக் கருதினர்.

.... அறன்இல் கூற்றம்
வாழ்தலின் வரூஉம் வயல்வளன் அறியான்
வீழ்குடி உழவன் வித்துஉண் டாங்கு
(புறம். 230: 12–14)

மருத நிலத்தில் பண்டமாற்றம்

உழவும், வணிகமும் உலகத்துத் தொழில்களில் சிறந்த தொழில்களாகப் போற்றப்படுகின்றன. செல்வத்தைப் பெருக்கி, வாழ்வினை மேம்படுத்திக்கொள்வதற்கு இவை துணைபுரிகின்றன. இல்லற நெறியில் நீங்காமல் வாழுகின்ற மக்கள் பல்வேறு தொழில்கள் புரிந்து வாழ்க்கை நிலையினை உயர்த்திக்கொண்டனர். மக்கள் பல பண்டங்களையும், உணவுப் பொருட்களையும் மற்ற இடங்களிலிருந்து கிடைக்கும் பொருள்களையும், அழகிய மணிகள், முத்துக்கள், பொன் ஆகியவற்றையும் பெற்றுக்கொண்டு விற்பனை செய்து பொருளாதாரத்தை மேம்படுத்திக்கொண்டனர். இதை

அறநெறி பிழையாது, ஆற்றின் ஒழுகி,
குறும்பல் குழுவின் குன்று கண்டன்ன
பருந்து இருந்து உகக்கும் பல்மாண் நல்இல்,
பல்வேறு பண்டமோடு ஊண்மலிந்து கவினி,
மலையவும் நிலத்தவும் நீரவும் பிறவும்
பல்வேறு திருமணி முத்தமொடு பொன்கொண்டு
சிறந்த தேஎத்துப் பண்ணியம் பகர்நரும்

(மதுரை. 500–506)

என மதுரைக்காஞ்சி சுட்டுகிறது.

மருத நிலத்தில் விளைந்த சுவைமிக்க கரும்பு, அவல் இவற்றை விற்று, முல்லை நிலத்தில் மானின் தசையையும், மதுவையும் பண்டமாற்றாகப் பெற்றனர். இதனைப் பொருநராற்றுப்படையில் (178–207) காணமுடிகிறது. மருத நிலத்தில் விளைந்த கரும்பினை அறுத்தலைச் செய்யக் கூடியவர்கள், விளைந்த நெல்லினை அறுவடை செய்யும் உழவர்கள் இவர்களின் முழக்கம் மிகுதியாய் இருக்கும். பண்டமாற்று என்பது நால்வகை நிலங்களிலும் நடைபெற்றது. சங்க காலத்தில் அவரவர் நிலத்தில் கிடைக்கும் பொருள்களைப் பிற நிலங்களுக்கு எடுத்துச் சென்று கொடுத்துத் தமக்குத் தேவையான பொருள்களை மாற்றிக்கொண்டனர். எனவே, மாறுதல் என்றாலே வணிகம் செய்தல் என்று கருத இடமுண்டு. இங்குப் பெண்கள் நிலத்தில் விளைந்த மிகுதியான பொருள்களைக் கொடுத்துக் குடும்பத்திற்கு வேண்டிய பொருளினைத் தேடி தம் பொருளாதாரத்தை மேம்படுத்திக் கொண்டனர். இதனைப் பொருநராற்றுப்படை

அறைக்கரும்பின் அரிநெல்லின்
இனக்களமர் இசைபெருக (பொருநர். 193–194)

தீங்கரும்போடு அவல் வகுத்தோர்
மான்குறையொடு மது மறுகவும் (பொருநர். 216–217)

எனச் சுட்டுகிறது.

நெல்லும் உப்பும் பண்டமாற்றம் செய்யப்பட்டதை நற்றிணை (183) குறிப்பிடுகிறது.

தம்நாட்டு விளைந்த வெண்ணெல் தந்து
பிறநாட்டு உப்பின் கொள்ளை சாற்றி (நற். 183: 1–2)

எனும் பாடலடிகள் மருதநில மக்கள் தங்கள் நாட்டில் விளைந்த நெல்லைக் கொடுத்து நெய்தல் திணையில் விளைந்த உப்பைப் பெற்றார்கள் என்பதைக் குறிப்பிடுகின்றன.

ஏனைய திணைக்குடியினர் மருத நிலத்துக்கு வந்து, வேண்டிய பொருட்களைப் பண்டமாற்றம் செய்து சென்றுள்ளதைப் புறநானூறும் ஐங்குறுநூறும் காட்டுகின்றன.

கானுறை வாழ்க்கைக் கதநாய் வேட்டுவன்
மான்தசை சொரிந்த வட்டியும் ஆய்மகள்
தயிர்கொடு வந்த தசும்பும் நிறைய
ஏரின் வாழ்நர் பேரில் அரிவையர்
குளக்கீழ் விளைந்த களக்கொள் வெண்ணெல்
முகந்தனர் கொடுப்ப உகந்தனர் பெயரும்
(புறம். 33: 1–6)

முள்ளெயிற்றுப் பாண்மகள் இன்கெடிறு சொரிந்த
அகன்பெரு வட்டி நிறைய மனையோள்
அரிகாற் பெரும்பயறு நிறைக்கும் ஊர
(ஐங். 47: 1–3)

பண்டமாற்றம் மூலம் பல்வேறு திணைக்குடியினருக்குள் ஒருவகையான பண்பாட்டுத் தொடர்பு இருந்துள்ளது என்பதையும் இங்கு நாம் உய்த்துணரலாம்.

மருதத்தில் முக்கிய உணவு வகைகள்

மருத நில உணவு அறுசுவைகள் நிரம்பியது. சைவ, அசைவ உணவுகளின் வகைகள் பலவும் உண்ணப்பட்டன.

செந்நெல் (ஐங். 27) வெண்ணெல் (புறம். 33) இரண்டையுமே உலக்கையால் குற்றிச் சமைத்தனர் (புறம். 399). இவ்விரண்டில் வெண்ணெல் உயர்ந்ததாகும்.

மாங்கனியைப் பிசைந்து புளிக்குழம்பு செய்தார்கள் (புறம். 395, 399).

விடியற்காலையில் பழஞ்சோற்றை உண்டனர் (புறம். 399).

வயலில் கிடைக்கும் வள்ளைக் கீரையையும் பாகற்காயையும் சமைத்தனர் (புறம். 399).

வெண்சோறும் நண்டுக் குழம்பும் சமைத்துண்டனர் (சிறுபாண். 193-195).

'நெய்க்கனி வெண்சோறு' எனும் வகையில் கலவைச் சோற்றுடன் நெய்யையும் கலந்து உண்டனர் (அகம். 136).

விருந்தினர்க்கு வெல்லப் பாகும், பாலும் கலந்த செந்நெல் அவல் கொடுத்து மகிழ்ந்தனர் (அகம். 237).

முற்றிய கருப்பஞ் சாற்றுப் பாகிலிருந்து கற்கண்டு (கடிகை) பெற்றுப் பயன்படுத்தினர் (மதுரை. 532).

நெல் வயலைச் சீர்செய்யும்போது தளம்பு எனும் கருவியால் துண்டிக்கப்படும் வாளைமீனைச் சமைத்துச் சோற்றுடன் சேர்த்து உண்டனர் (புறம். 61).

நெய்ச்சோறுடன் அவரைப் புளிக்குழம்பு சேர்த்து உண்டனர் (மலைபடு. 434-443).

வறுமை தாண்டவமாடும்போது குப்பைக் கீரையை உப்பிட்டுச் சமைக்க வழியில்லாமல் பச்சையாக உண்டனர். இதனைப் 'பாசடகு' என்றனர். கீரையை 'அடகு', 'இலைக்கறி' என்று அழைத்தனர். கைம்பெண்கள் இத்தகைய உணவை உண்டனர் (புறம். 140, 159, 197, 218).

கருணைக்கிழங்கு குழம்பு வைத்து உண்டனர் (பொருநர். 113-116). அவல் இடித்துத் தின்றனர் (குறுந். 238: 1).

வயலில் சேற்றின் கீழ் இருக்கும் ஆரல் மீன்களும், நீரின் மேல் துள்ளும் வாளை மீன்களும், வரால் மீன்களும், கயல் மீன்களும், ஆமைகளும் மிகுதியாகக் கிடைத்தன. அவற்றை விருந்தினர்களுக்குச் சமைத்து வழங்கினர் (புறம். 249).

ஓய்மானாட்டு நல்லியக் கோடன் நாட்டில் மருதநில மக்கள் வெண்சோற்றுடன் நண்டும் பீர்க்கங்காயும் கலந்து செய்த கூட்டு அடிசிலையும் சேர்த்து உண்டனர் (சிறுபாண். 193-195).

வெண்ணெல் அரிசிச் சோறும் கோழிக்கறி வறுவலும் சேர்த்து உண்டனர் (பெரும்பாண். 253-256).

பச்சரிசிக் கஞ்சியைக் குடித்தனர் (மலைபடு. 454-464).

சுவை மிகுந்த கருப்பஞ் சாற்றினை விருந்தினர்களுக்கு வழங்கினர் (புறம். 42).

பக்தவத்சல பாரதி

செல்வப் பெண்கள் தேன் கலந்த பாலினைப் பருகினர் (நற். 110, 179, அகம். 89, 105, 207).

உழுந்து தூவிய செழுமையான களிச்சோறு (மிதவை) திருமண விருந்தில் தரப்பட்டது (அகம். 86).

பொரி இடப்பட்ட பால் (குறுந். 356), நுங்கு (குறுந். 293) ஆகியன தின்பண்டமாயின.

சேற்றில் ஒளியும் கூரிய மூக்குடைய ஆரல் மீனுடன் வாளை, யாமை, சினையுண்ட வரால், கயல்மீன் ஆகியவற்றையும் பிடித்துண்டனர்.

புழுக்கிய ஆமை இறைச்சியைக் கள்ளுடன் உண்டனர் (புறம். 212: 2–3, 42).

உழவர்கள் வயல் வேலைகளில் களைப்புத் தெரியாமல் இருக்கக் கள்ளினை மாந்தினர் (அகம். 37: 12–13).

எத்தகைய வறுமை வந்தாலும் விதை தானியங்களைச் சமைத்துண்ணும் வழக்கமில்லை (புறம். 227). அது அறமன்று எனக் கருதினர்.

மருதநில மக்கள் நெல்லைக் கொடுத்து உப்பு, பிற பொருள்களைப் பண்டமாற்றம் மூலம் பெற்றுக்கொண்டனர் (நற். 183; ஐங். 47).

மருதநில மக்கள் வாளைமீனைச் சமைத்து 'உவியல்' எனும் தொடுகறி செய்து சோற்றுடன் கலந்துண்டனர் (புறம். 395: 4–5).

மாங்காயுடன் மிளகு கலந்து கறிவேப்பிலை தாளித்து ஊறுகாய் செய்யும் வழக்கத்தைப் பெரும்பாணாற்றுப்படை (307–310) கூறுகிறது. மாதுளங்காயுடன் மிளகு சேர்த்து ஊறுகாய் செய்யும் வழக்கமும் இருந்துள்ளது.

சோறு வடித்த கஞ்சி ஆற்று நீராக ஓடியது என்கிறது பட்டினப்பாலை (44–45).

பின்னுரை

சங்க காலத்தில் வேளாண்மை குறிஞ்சியிலேயே தொடங்கிவிட்டாலும், அது மருதத்தில்தான் விரிவடைந்தது. குறிஞ்சியிலும் முல்லையிலும் தோன்றிய வன்புல வேளாண்மை தொடக்க நிலையாகும். அங்குப் பயிரிடப்பட்ட கூலங்களாகிய தினை, வரகு, எள், ஐவன நெல், அவரை, பயறு, உழுந்து, தென்னை, வாழை, மஞ்சள், இஞ்சி, கிழங்கு, மிளகு என்பன உபரி சாராத உணவாதாரமாக விளங்கின.

மருதத்தில் வேளாண்மை நீர்ப்பாசன வேளாண்மை யாகவும், உபரி சார்ந்ததாகவும் உருமாறியது. விதை நெல்லை நாற்றங்காலில் நாற்று விட்டுச் சேறு கலக்கி நடவு செய்யும் விவசாயம் உருவானது. நாற்றங்காலை 'வித்து இடும் புலம்' (பரி. 7: 35), சேற்று வயலில் நடவு செய்யப்பட்டதை 'நீர் உறு செறுவின் நாறு முடி அழுத்த' (நற். 60: 7) எனும் பாடலடிகள் குறிப்பிடுகின்றன.

குறிஞ்சி, முல்லையில் ஐவன நெல் (ஐங். 267), தோரை நெல் (மதுரைக். 287) ஆகியவற்றைப் பயிரிட்டும், வெதிர் நெல் (மூங்கிலரிசி–அகம். 397) சேகரித்தும் உண்டனர். மருதத்தில் சாலி நெல் (பொருநர். 246), முடந்தை நெல் (பதிற். 32), வெண்ணெல் (நற். 350), செந்நெல் (ஐங். 27) முதலியவை பயிரிடப்பட்டன. இவை அதிகமான விளைச்சலைத் தந்தன. தரத்தில் உயர்ந்தவையாக இருந்தன.

முல்லையில் அவரை, எள் இரண்டும் ஊடுபயிராக விளைவிக்கப்பட்டன. (குறுந். 82). மருதத்தில் அரிகால் முறையில் (மறுதாம்பு) கரும்பை மீண்டும் வளர்த்தார்கள் (பதிற். 30: 14–15). குறிஞ்சியில் 'துளர்' எனும் கருவி கொண்டு களைகளை நீக்கினார்கள் (குறுந். 382). மருதத்தில் 'தொடுப்பு' கொண்டு நீக்கினார்கள் (பெரும்பாண். 200). இவ்வாறு மருதத்தில் விவசாயக் குடிகள், பயிரிடும் முறை, வேளாண் கருவிகள், மகசூல் கண்டடைந்த முறை என ஒவ்வொன்றிலும் ஏற்படுத்திய நுட்பங்களும், வேறுபாடுகளும், முன்னேற்றங்களும் உணவு முறையிலும் மாற்றத்தைக் கொண்டுவந்தன.

5

பாலை நிலம் சார்ந்த உணவாதாரம்

திணை

பண்டைத் தமிழகத்தின் பாலை என்பது நிலையான திணை அல்ல. குறிஞ்சியிலும் முல்லையிலும் கடுமையான வறட்சி ஏற்பட்டபோது பாலை எனும் வறண்ட பிரதேசம் உருவானது. கோடையின் மிகக் கடுமையான வறட்சியிலும் இந்நிலத்தில் பாலை மரம் வாடாமல் பசுமையுடன் கண்ணுக்குப் புலப்பட்டதால் பாலை என்ற பெயர் இத்திணைக்கு வந்தது என்ற ஒரு கருத்தும் உண்டு.

வேனிற்கால நண்பகலிலும் பாலை மரத்தின் மலர்கள் கொத்துக் கொத்தாகக் கொடுஞ்சுரங்களின் வழிகளில் மலர்ந்திருக்கும் என ஐங்குறுநூறு *(383)* மிக அழகாகப் பதிவு செய்துள்ளது. அதனாலேயே வெஞ்சுரமானாலும் அது பாலை எனப்பட்டது. இதன் நீட்சியாக அங்கு இசைக்கப்பட்ட பண் 'பாலைப் பண்' எனவும், அதனை இசைத்த யாழ் 'பாலை யாழ்' எனவும் வழங்கப்பட்டன. இச்சூழலில் பாலை என்பது ஒரு தனி நிலம் அன்று எனும் கருத்து கவனிக்கத்தக்கது *(நற். 43, 84, 186)*.

பாலையில் வெய்யிலின் தாக்கம் கடுமையாக இருக்கும் என்பதால் மரஞ்செடி கொடிகள் கரிந்து காய்ந்து நிற்கும். விலங்குகள் உணவுக்கும் நீருக்கும் ஓயாது அலைந்துகொண்டிருக்கும். இந்தக் கடுமையான சூழலைச் 'சுரம்' என்று அழைத்தனர். இந்தச் சுரத்தின்போது பாலை நிலத்தில் நடப்பது

கடினமானது எனும் பொருளில் அதனை 'அருஞ்சுரம்' (பெரும்பாண். 117), 'வெஞ்சுரம்' (கலி. 13: 9) என்றழைத்தார்கள்.

பாலை நிலத்தில் காணப்படும் பரல் கற்கள் வேல் போன்று நடப்பவரின் கால்களை வருத்தும் (நற். 240). இங்கு உச்சி நேரத்தின் போது கண்களை மயக்கும் கானலை விலங்குகள் நீர் என நினைத்து ஏமாந்து போகும். பாலையில் பறந்த கானல் 'உருகில்பேய் ஊராத்தேர்' (அகம். 67: 15–17), 'இலங்குதேர்' (கலி. 26: 10), 'பேய்த்தேர்' என்று அழைக்கப்பட்டன. வளமிழந்து நின்ற இந்த நிலத்தைப் 'புன்நிலம்' என்றார்கள்.

மக்கள்

பாலைத் திணையில் எயினர்கள் வேட்டுவக் குடியினராக வாழ்ந்தனர். பல்வேறு விலங்குகளை வேட்டையாடி உண்டனர். கூகைகளின் நெற்கூட்டிலிருந்து நெல் எடுத்துண்டதைக்

> கொடுவில் எயினர் கொள்ளை உண்ட
> உணவுஇல் வறுங்கூட்டு உள்ளகத்து இருந்து
> (பட்டின. 266–267)

எனும் பட்டினப்பாலை அடிகள் கூறுகின்றன. வேட்டையில் பெரிதும் ஈடுபட்டதாலும் வில்லை அதிகமாகப் பயன்படுத்திய தாலும் எயினர்கள் 'கொடுவில் எயினர்' என்றே பரவலாக அறியப் பெற்றனர் (அகம். 79, 319; குறுந்.12; பட்டினப். 266). கொலைவில் எயினர் (ஐங். 364), வல்வில் எயினர் (வேட்டுவ வரி. 13) என்றெல்லாம் அழைக்கப்பட்டனர். எயினர்கள் வழிப்பறியிலோ, கொள்ளையடிப்பதிலோ ஈடுபட்டதற்கான குறிப்புகள் இல்லை.

பாலையில் வாழ்ந்த மறவர்கள் அஞ்சா நெஞ்சம் கொண்டவர்கள். வழிப்பறியிலும், கொள்ளையடிப்பதிலும், ஆநிரை கவர்தலிலும், போர்ச் செயல்களிலும் ஈடுபட்டவர்கள். அதனாலேயே இவர்களை

> வில்ஏர் வாழ்க்கை விழுத்தொடை மறவர் (அகம். 35: 6)
> வானம் வேண்டா வில்ஏர் உழவர் (அகம். 193: 2)
> கொலைவெங் கொள்கைக் கொடுந்தொழில் மறவர்
> (அகம். 363: 10)

என்றெல்லாம் புலவர்கள் குறிப்பிட்டுள்ளனர். இவர்கள் கொள்ளை கொள்ளுங்கால் துடியினை ஒலித்தனர் (கலி. 15: 4). நிரை கவரும்போது தண்ணுமை முழக்கினர் (அகம். 297: 16).

பாலைத் திணையில் வழிப்பறி கள்வர்களாக வாழ்ந்தவர்கள் ஆறலை கள்வர்கள். அத்தக் கள்வர் (அகம். 7), வேட்டக் கள்வர் (அகம். 63), கன்னுடைக் கொள்ளையர் (அகம். 101) என்றெல்லாம்

இவர்கள் குறிக்கப் பெற்றனர். ஆநிரை கவர்ந்தும் வாழ்ந்தனர். ஆகோள் பூசலில் தொடர்புடையவர்களாகவும், வெட்சி, கரந்தை வீரர்களாகவும் வாழ்ந்தனர். இவர்கள் வழிப்பறியில் ஈடுபட்டதால் 'கள்வர்' எனும் சொல்லாட்சியுடன் கூற வேண்டிய தேவையை வீரயுகக் காலச் சூழல் முன்வைக்கிறது.

பாலைத் திணையில் கூளியர் எனப்படுவோர் பற்றிய குறிப்புகளும் கிடைக்கின்றன. சேரர் படைகள் மலைப் பிரதேசங்களைக் கடப்பதற்குக் கற்களை அகற்றிப் பாதை அமைத்தவர்கள் இவர்கள் எனப் பதிற்றுப்பத்து பின்வருமாறு கூறுகிறது.

> கொள்ளை வல்சிக் கவர்கால் கூளியர்
> கல்லுடை நெடுநெறி போழ்ந்து சுரன்அறுப்ப
>
> (பதிற்.19: 1–2)

பாலைத் திணைப் பாடல்களை நுணுகி ஆராயும்போது வம்பலர் (அகம். 263, 313), மழவர் (அகம். 337), இளையர் (அகம். 375), கொடுவில் ஆடவர் (அகம். 167) முதலான பெயர்களையும் காணமுடிகிறது. இவர்கள் போர் நடவடிக்கைகள், வேந்துவிடு தொழில், தூது செல்லுதல், ஒற்று பார்த்தல் முதலானவற்றைச் செய்தவர்கள். மேலும், இப்பாலைத்திணைப் பாடல்களில் பழையர், வேட்டுவர் முதலான குடியினரையும் அறிய முடிகிறது. இவர்கள் வேட்டுவத் தொழில் செய்தவர்களாக இருந்தனர்.

வாழ்வாதாரம்

குறிஞ்சியும் முல்லையும் முறைமையில் திரிந்து உருவாகும் வறண்ட பாலை நிலத்தின் தன்மையானது வளமானதாக இல்லை. இந்நிலையில் பாலைத்திணைக் குடிகள் பல்வேறு தகவமைப்புகளை உருவாக்கிக்கொண்டார்கள். வேட்டை, சேகரித்தல், ஆநிரை கவர்தல், நிரை மீட்டல், வழிப்பறி, கொள்ளையடித்தல் முதலானவை இத்திணையின் முக்கியச் செயல்பாடுகளாய் இருந்தன.

இறைச்சிக்காகவும் கள்ளுக்காகவும் எயினர் வேட்டை யாடினர் (அகம். 59, 97, 159, 249, 309). இவர்கள் வில், அம்பு கொண்டு உடும்பு, முயல், கணமா, முளவுமா முதலான பல்வேறு விலங்குகளை வேட்டையாடி உண்டனர் (அகம். 249, 265, 309). எறும்புப் புற்றுக்களை அழித்து அவை சேகரித்து வைத்திருந்த மூங்கில் அரிசியை எடுத்து உண்டனர் (அகம். 319, 377).

பண்டைய காலத்தில் கால்நடைகள் செல்வம் எனக் கருதப்பெற்றன. அதனால் ஆநிரை கவர்தலும், மீட்டலும் முல்லை, பாலை நிலங்களில் அடிக்கடி நிகழ்ந்தன. இவற்றில்

ஆநிரை மீட்டலில் ஈடுபட்டவர்கள் மறவர் எனப்பட்டனர். (அகம். 131: 6–9). இவர்கள் ஆடவர், தறுகண் ஆளர் என்றெல்லாம் அழைக்கப்பட்டனர். நிரை கவர்தலில் ஈடுபட்டவர்கள் மழவர்கள் (அகம். 131: 6–9, 309: 1–6, 127: 13–15, 129: 10–13). மழவர்கள் வெற்றியுடன் நிரை கவர்ந்தபோது 'உண்டாட்டு' விழா நடைபெற்றது. நிரை மீட்ட மறவர்களின் வெற்றி 'பிள்ளையாட்டு' விழாவாக நடைபெற்றது. வெட்சி வீரர்களின் (மறவர்) வாழ்க்கையும், கரந்தை வீரர்களின் (மழவர்) வாழ்க்கையும் வேறுபட்ட நிலையில் இருந்தன என்பதை அகப்பாடல்கள் காட்டுகின்றன.

காட்டுவழியில் செல்வோரை ஒளிந்திருந்து தாக்கி அவர்களுடைய பொருள்களைப் பறித்துத் தமக்குள் கூறுபோட்டுக் கொண்டவர்கள் ஆறலைக் கள்வர் (குறுந். 331). வணிகச் சாத்துகளை வழிமறித்துப் பொருட்களைக் கொள்ளையடிப்பதும் ஆறலைக் கள்வர்களின் தொழிலாக இருந்தது என்பதைச் 'செல்சாத்து எறியும் பண்பில் வாழ்க்கை' எனும் அகநானூற்று (245) அடி கூறுகிறது.

பாலைத் திணை வாழ்வு ஆநிரை கவர்தல், கொள்ளை யடித்தல், வழிப்பறி செய்தல் முதலான கொடுஞ் செயல்கள் நிறைந்ததாக இருந்தது. இதனைப் போர் பற்றிய மானிடவியலோடு புரிந்துகொள்ள வேண்டும். சங்க காலம் என்பது வீரயுகக் காலம். சீறூர் மன்னர்கள், முதுகுடி மன்னர்கள், குறுநில மன்னர்கள் பல்கிப் பெருகியிருந்த காலமது. இவர்கள் தன்னாட்சியுடன் ஆட்சி செய்த காலமும் உண்டு; வேந்தர்களின் கட்டுப்பாட்டுக்குள் வந்து திறை செலுத்தி ஆண்ட காலமும் உண்டு. இவர்கள் பல்வேறு சூழ்நிலைகளில் போரிட்டுக் கொண்டிருந்தார்கள். மகட்கொடை மறுத்தலுக்கும்கூடப் போர் நடந்திருக்கிறது (புறம். 336–356).

எதிரி நாட்டு வளங்களை முழுவதும் அழித்தொழிப்பதுதான் வெற்றி பெறும் மன்னனின் இறுதி இலக்காக இருந்தது. இவ்வாறான வெட்சி, கரந்தைப் போரில் ஈடுபட்ட மறவர், மழவர், பழையர், வம்பலர், வேட்டுவர் முதலான பாலைக்குடிகள் போர் இல்லாத காலத்திலும் போரில் சூறையாடியது போன்ற செயல்களின் நுண் வடிவங்களில் ஈடுபட்டு வாழ்க்கை நடத்திக்கொண்டிருந்தார்கள். போர் செய்யும் மறக்குடியினர் போர் நடைபெறாத காலத்தில் தம் உணவாதாரத்திற்காகக் கொள்ளையடித்தலும், வழிப்பறி செய்தலும், ஆநிரை கவர்தலும் செய்தார்கள். இவற்றை மன்னர்கள் கண்டுகொண்டதில்லை. போருக்குப் பிந்தைய காலத்தில் ஒரு வகையான முறைசாரா சலுகைகளை மறக்குடியினர் அனுபவிக்கும் செயலாக நிரை கவர்தலும் மீட்டலும் கொள்ளையும் வழிப்பறியும் காணப்பட்டன.

பாலைத் திணையில் வழிப்பறி, கொள்ளை முதலான செயல்களில் ஆடவர் ஈடுபட்டிருந்தாலும் பெண்கள் சிறு வணிகத்தில் ஈடுபட்டுப் பொருளீட்டினார்கள். பாலை நில மகளிர் பூ விற்றும், கள் விற்றும் பொருள் ஈட்டியதை அகநானூறு பதிவு செய்துள்ளது.

மல்ககல் வட்டியர் கொள்விடம் பெறாஅர்
விலைஞர் ஒழித்த தலைவேய் கான்மலர்

(அகம். 391: 3–4)

அடிப்படை உணவாதாரம்

பாலைத் திணை மகளிராகிய எயிற்றியர் உணவுப் பொருள்களைச் சேகரித்தலில் ஈடுபட்டனர். கரம்புகளில் எறும்பு சேர்த்து வைத்திருக்கும் புல்லரிசியைச் சேகரித்தனர். எறும்புப் புற்றுக்குள் இருக்கும் அரிசியை எடுப்பதற்கு 'இரும்புத் தலையாத்த திருந்துகணை விழுக்கோல்' (பெரும்பாண். 92) பயன்படுத்தினர். கைத்தடி போன்ற குச்சியின் முனையில் இரும்புக் கொழு பொருத்தி அதனைக் கொண்டு எறும்புப் புற்றுகளை உடைத்து அரிசியைச் சேகரித்தனர்.

குழந்தை பெற்ற மகளிர் மான் தோல் படுக்கையில் வீட்டில் இருக்க மற்ற பெண்கள் கரம்பைத் தேடிச் சென்று புல்லரிசியைச் சேகரித்தார்கள். சேகரித்து வந்த அரிசியைப் பார்வைமான் கட்டி வைத்துள்ள வீட்டு முற்றத்தில் விளாமரத்தின் அடியில் உள்ள நிலவுரலில் இட்டு உலக்கையால் குற்றுவார்கள். கிணற்றில் ஊற்று நீரை முகந்து பழைய பானையில் உலையிட்டுச் சோறாக்குவார்கள். வாடிய ஊனாகிய உப்புக் கண்டமும் சமைப்பார்கள். இந்த உணவை விருந்தினர்களுக்குத் தேக்கிலையில் வைத்து உபசரிப்பார்கள் (பெரும்பாண். 89–105).

எயிற்றியர் எறும்பு சேகரித்த அரிசியை எடுத்து உணவாக்குதலையும், மறவர் ஆநிரை கவர்ந்து வருதலையும் அகநானூறு (377: 1–5) வர்ணிக்கிறது.

பாலைத் திணை பற்றிய ஓர் அரிய பதிவு அகநானூற்றில் (169) உள்ளது. மிகவும் வெம்மையான அகன்ற பாலை நிலத்தில் புலியானது களிற்றினைக் கொன்று அதன் ஊனை உண்ட பின்னர் ஏராளமாக மிஞ்சியதை அப்படியே விட்டுச் சென்றது. ஆரவாரமுடைய மறவர்கள் எஞ்சிய பச்சூனில் தேவையானவற்றைக் கோலில் கோர்த்து எடுத்துச் சென்றனர். பின்னர், அவ்விடம் வந்த உமணர் கூட்டத்தினர் தீக்கடைக் கோலால் அந்த ஊனை நெருப்பில் வாட்டிச் சுனைநீரில் அமைந்த சோற்று உலையில் வாட்டிய தசையினையும் கூட்டிச் சமைத்தார்கள். யானைக் கறி உண்டது பற்றிய குறிப்பு அகநானூறு தவிர வேறெங்கும் காணமுடியவில்லை.

சங்க இலக்கியத்தில் மறவர்களும் உமணர்களும் யானைக் கறி உண்டார்கள் எனும் இந்த ஒற்றைக் குறிப்பு மிக அரிதாக அகநானூற்றில் பின்வருமாறு பதிவாகியுள்ளது.

புலிதொலைத்து உண்ட பெருங்களிற்று ஒழிஊன்
கலிகெழு மறவர் காழ்க்கோத்து ஒழிந்ததை
ஞெலிகோற் சிறுதீ மாட்டி, ஒலிதிரைக்
கடல்விளை அமிழ்தின் கணஞ்சால் உமணர்
சுனைகொள் தீநீர்ச் சோற்றுஉலைக் கூட்டும்

(அகம். 169: 3–7)

பாலை நிலத்து மக்கள் வேட்டையாடுதலையும் உணவாதாரமாகக் கொண்டிருந்தனர். மழையற்ற காலத்தில் நீருக்காகத் தோண்டிய ஊற்றுக்களின் பக்கத்தில் இரவில் மறைந்து ஒதுங்கியிருப்பார்கள். அங்கு நீருண்ண வரும் காட்டுப் பன்றியினை வேட்டையாடுவார்கள். பகலில் புதர்களில் வலைகளை மாட்டி நாய்களுடன் சென்று புதர்களைக் கலைத்து அங்கிருந்து ஓடும் முயல்களைப் பிடிப்பார்கள் (பெரும்பாண். 106–116). ஆநிரைகளைக் கவர்ந்து வந்து அவற்றின் இறைச்சியைச் சமைத்து உண்பார்கள் (அகம். 297: 16–18, 277: 5)

காட்டு வழிகளில் பதுங்கியிருந்து வழிப் போவோரிடம் பொருள்களைப் பறித்துக்கொள்வார்கள் என்பதைக் 'கொலைவெங் கொள்கைக் கொடுந்தொழில் மறவர்' என்கிறது அகநானூறு (363: 10).

அத்தம் செல்வோர் அலறத் தாக்கி
கைப்பொருள் வௌவும் களவுஏர் வாழ்க்கைக்
கொடியோர்..........................

(பெரும்பாண். 39–41)

என்று ஆற்றுப்படை தெரிவிக்கிறது.

பாலை நில மக்கள் சில நேரங்களில் மேட்டு நிலங்களில் விளைந்த நெற்சோற்றை உடும்பின் தசைக் கறியுடன் உண்டனர்

சுவல்விளை நெல்லின் செவ்அவிழ்ச் சொன்றி
ஞமலிதந்த மனவுச் சூல்உடும்பின்
வறைகால் யாத்தது வயின்தொறும் பெறுகுவிர்

(பெரும்பாண். 131–133)

எயிற்றியர் தம் வீட்டிற்கு வந்த விருந்தினர்க்கு வெஞ்சோற்றையும் மாட்டுக் கறியையும் சமைத்து விருந்தளித்தாள் என்கிறது சிறுபாணாற்றுப்படை.

எயிற்றியர் அட்ட இன்புளி வெஞ்சோறு
தேமா மேனிச் சில்வளை ஆயமொடு
ஆமான் சூட்டின் அமைவரப் பெறுகுவிர்

(சிறுபாண். 175–177)

தினையிலிருந்து தயாரிக்கப்பட்ட ஒருவகைக் கள்ளையும் மாந்தி மகிழ்ந்தனர் என்பதைத் 'தினைக்கள் உண்ட தெறிகோல் மறவர்' என்கிறது அகநானூறு. *(284: 8)*

பாலை நில முக்கிய உணவு வகைகள்

பாலை நில உணவு ஒரு வகையில் குறிஞ்சியின் நீட்சி எனலாம். குறிஞ்சியும் முல்லையும் திரிவதால் ஏற்படும் பாலையில் வறட்சிக்குரிய தகவமைப்பை அவதானிக்கலாம்.

கொடுவில் எயினர்கள் முள்ளம்பன்றிக் குழம்பும் உடும்புக்கறி வறுவலும் சமைத்துண்டனர் என்பதைப் பின்வரும் பெரும்பாணாற்று *(129–133)* அடிகள் கூறுகின்றன.

எயிற்றியர் 'அட்ட வாடூண் புழுக்கல்' (பிரியாணி) சமைத்த வர்ணனையைப் பெரும்பாணாற்றுப்படை 'முரவு வாய்க்குழிசி முரி அடுப்பேற்றி, வாராது அட்ட வாடூண் புழுக்கல்' என்கிறது (பெரும்பாண். *99–100*).

மூண்டெறியும் செந்தீயில் சுட்டெடுத்த வளமையான நிணத்தின் கொழுத்த துண்டுகளோடு, உண்கலத்தில் இட்ட தினையரிசிச் சோற்றுடன், முற்றியக் கரும்பின் சாறு காய்ச்சி எடுத்த பாகுடன், பாலும் கலந்து செந்நெல்லின் பசிய அவலையும் சேர்த்து வருவோர்க்குப் பகுத்துக் கொடுக்கும் பண்புடைய ஊர் எனப் பாலைத் திணையைச் சிறப்பித்துக் கூறுகிறது அகநானூறு *(237)*.

செந்தீ அணங்கிய செழுநிணக் கொழுங்குறை
மென்தினைப் புன்கம் உதிர்த்த மண்டையொடு
இருங்கதிர் அலமரும் கழனிக் கரும்பின்
விளைகழை பிழிந்த அம்தீஞ் சேற்றொடு
பால்பெய் செந்நெற் பாசவல் பகுக்கும்

(அகம். 237: 9–13)

செம்மண் புற்றுக்களில் பிடித்த ஈசலை இட்டு இனிய மோரோடு புளிங்கறி உணவாக அமைந்தது (புறம். *119*). நற்றிணை பின்வரும் விவரிப்பைக் காட்டுகிறது.

உடும்பு கொலீஇ வரிநுணல் அகழ்ந்து
நெடுங்கோட்டுப் புற்றத்து ஈயல் கெண்டி
எல்லுமுய லெறிந்த வேட்டுவன் அம்சுவல்
பல்வேறு பண்டத் தொடைமறந் தில்லத்து

(நற். 59: 1–4)

எயிற்றியர் திரட்டி வந்த புல்லரிசியைத் தீட்டிச் சமைத்த சோற்றுடன் உலர்ந்த இறைச்சிப் (வாடூண்) புழுக்கல் உணவாக அமைந்தது (பெரும்பாண். *90–100*). எயினர் உணவில் இறைச்சியே முதன்மையானதாக இருந்தது. 'முளவுமா வல்சி எயினர் தங்கை'

(ஐங். 364: 1) எனும் பாடலடி முள்ளம் பன்றி இறைச்சி உணவை நினைவூட்டுகிறது.

கணமா தொலைச்சித் தன்னையர் தந்த
நிணவூண் வல்சிப் படுபுள் ஓப்பும்
நல்மாண் எயிற்றி (ஐங். 365: 1–3)

எனும் அடிகள் மீதமுள்ள இறைச்சியை உலர்த்திச் சேமித்து வைத்ததைக் கூறுகின்றன.

பாலை நிலத்து வீரர்களாகிய மழவர்கள் கொழுத்த பசு இறைச்சியை உண்டனர் என்பதைக் 'கொழுப்பு ஆ தின்ற கூர்ம்படை மழவர்' (அகம். 129: 12) எனும் பாடலடி மூலம் அறியலாம்.

பண்டமாற்றம்

பழையர் எனும் வேடர்கள் காடுகள் அடர்ந்த மலைப் பகுதியில் வாழ்ந்தார்கள். பழையர் பெண்டிர் காட்டில் மலர்ந்த பூக்களைப் பறித்து மூங்கில் குழாய்களில் சேகரித்துக் குன்றகச் சிறுகுடிகளிடம் கொடுத்துப் பண்டமாற்றம் செய்தார்கள். இதனை

பைங்குழை தழையர் பழையர் மகளிர்
கண்திரள் நீள்அமைக் கடிப்பின் தொகுத்து
குன்றகச் சிறுகுடி மறுகுதொறும் மறுகும்
சீறூர் நாடு .... (அகம். 331: 5–8)

என்று அகநானூறு குறிப்பிடுகிறது.

மறவர் குடியினர் யானைத் தந்தத்தையும் மான் இறைச்சியையும் கொடுத்துக் கடைத்தெருவில் கள் மாந்தினர் என்கிறது பதிற்றுப்பத்து (30: 11–14).

பாலை நிலத்து எயினர் கள் விற்கும் இடத்திற்கு வந்து தம் கையில் இப்போது எந்தப் பொருளும் இல்லை, காட்டில் வேட்டையாடி யானைத் தந்தங்களைக் கொண்டு வந்து கொடுப்போம். அதற்கு ஈடாக இப்போது கள்ளைக் கடனாகக் கொடு என்று கேட்டதை,

வரிகிளர் பணைத்தோள் வயிறுஅணி திதலை
அரிய லாட்டியர் அல்குமனை வரைப்பில்
மகிழ்நொடை பெறாஅ ராகி நனைகவுள்
கான யானை வெண்கோடு சுட்டி
மன்றுஓடு புதல்வன் புன்தலை நீவும்
அருமுனைப் பாக்கத்து... (அகம். 245: 8–13)

மதுரை மருதன் இளநாகனார் இவ்வடிகள் வழித் தந்தத்திற்குப் பதிலாகக் கள்ளைப் பெற்றனர் என்பதைச் சுட்டிக் காட்டியுள்ளார்.

உணவுப்பொருட்களுக்காகயானைத்தந்தம்விற்கப்பட்டதைக் 'கடுங்கண் வேழத்துக் கோடுநொடுத்து உண்ணும், வல்வில் ஓரி கொல்லிக் குடவரை' என்கிறது குறுந்தொகை (100: 4–5).

வேடர்கள் மான் தசையைக் கொடுத்து அதற்கு ஈடாகக் குளக்கீழ் விளைந்த வெண்ணெல்லைப் பெற்றுக்கொண்டனர் என்கிறது புறநானூறு

கான்உறை வாழ்க்கைக் கதநாய் வேட்டுவன்
மான்தசை சொரிந்த வட்டியும், ஆய்மகள்
தயிர்கொடு வந்த தசும்பும் நிறைய
ஏரின் வாழ்நர் பேரில் அரிவையர்
குளக்கீழ் விளைந்த களக்கொள் வெண்ணெல்

(புறம். 33: 1–5)

பின்னுரை

'முல்லையும் குறிஞ்சியும் முறைமையில் திரிந்து' பாலை நிலமானது. கடுங்கோடையில் நீரின்றி, வளங்குன்றி வறண்டு போகும் சூழலில் வெம்மை நிலமாகப் 'பாலை' காட்சியளித்தது.

குறிஞ்சியும் முல்லையும் பாலையாகத் திரிந்தாலும் அவற்றின் வாழ்வாதார முறைகள் மிச்சச் சொச்சமாகத் தொடர்ந்தன. ஆதலின் வேட்டையாடுதல், உணவு சேகரித்தல் இரண்டும் பாலைத் திணையில் வாழ்வாதாரத்தை ஈட்ட பயன்பட்டன. மான் வேட்டை (அகம். 371), உடும்பு வேட்டை (பெரும்பாண். 130–133) உள்ளிட்ட பலவகையான வேட்டையில் பாலை நில மக்கள் ஈடுபட்டனர்.

பாலை நிலப் பெண்கள் புற்றுக்களில் எறும்பு சேமித்து வைத்திருந்த அரிசியை 'இரும்புத் தலையாத்த விழுக்கோல்' களால் (பெரும்பாண். 92) உடைத்தெடுத்தனர். இன்ன பிற வனச் சிறு பொருள்களையும் சேகரித்து உண்டனர். ஆறலைக் கள்வர்கள் வழிப்பறி செய்து வாழ்ந்தனர். மறவர், மழவர், வம்பலர் ஆநிரை கவர்ந்தும், மீட்டும் வாழ்ந்தனர்.

வளமற்றகாலத்தில்வறண்டுபோனநிலத்தில்உணவாதாரத்தை ஈட்ட மக்கள் மேற்கொண்ட தகவமைப்பு முறைகளாகவே பாலைத் திணைக் குடியினர் இவற்றை மேற்கொண்டனர். எறும்புப் புற்றுக்களில் புல்லரியை எடுத்துண்பதுகூட ஒருவகையான களவுதான். இருப்பினும் களவு என்பதைச் சூழலியல் பார்வையில் அறிய வேண்டிய கருத்துக்கள் உள்ளன.

6

பாணர்கள் உணவாதாரம்

சங்க காலத்தில் அலைகுடிகள் என அதிகம் அறியப்பட்டவர்கள் பாண் சமூகத்தினர். பாணர், பொருநர், துடியர், வயிரியர், கண்ணுளர், கோடியர், சென்னியர், இயவர், இனைஞர், குறுங்கூளியர், நகைவர், அகவர், அகவுநர், அகலவன், வேலன், கட்டுவிச்சியர், கடம்பர், முழவன், பறையன் எனப் பல்வேறு பாண் குடியினர் கலைச் சேவை செய்து வந்தார்கள்.

சங்க காலத்தில் ஒவ்வொரு திணையிலும் நிலையான குடிகள் வாழ்ந்து வந்தனர். இவர்களே திணைக்குடியினர் எனப்பட்டனர். இந்தத் திணைக்குடிகளையும், சீறூர் மன்னர்களையும், முதுகுடி மன்னர்களையும், குறுநில மன்னர்களையும், சிற்றூர்களில் வாழ்ந்த கிழார்களையும் ஆதரவுச் சமூகத்தாராக ஏற்றுக்கொண்டு அவர்களை அண்டிப் பாண் சமூகத்தார் வாழ்ந்தார்கள். அதனால் இவர்கள் அலைகுடிகள் எனப்பட்டனர்.

சங்க காலம் வீரயுகக் காலம். இக்காலகட்டத்தில் உலகம் முழுக்கப் பாண் சமூகத்தாரின் தேவை இருந்தது. தமிழ்ச் சூழலில் அது இன்னும் சற்று விரிவான சமூகமாகப் பரிணமித்திருந்தது. கிரேக்கம், வேல்ஷ், ஐஸ்லாந்தியம், செல்டிக், ஸ்லேவோனியம் முதலான மரபுகளை ஒப்பிடும்போது தமிழ்ப் பாண் சமூகம் 24 குடிகளாக விரிந்து நின்றது (பக்தவத்சல பாரதி 2015).

சங்க காலத்தில் பாடல் ஆடல் கலைக்கும், நிகழ்த்துக் கலைக்கும், சடங்குசார் கலைக்கும்,

போர்க்கள வீரர்களின் எழுச்சிக்கும், தூது செல்வதற்கும், வாயில்களாகச் செயல்படுவதற்கும் பெரும் பங்காற்றியவர்கள் பாண் சமூகத்தார். இவர்கள் ஊர்ச் சுற்றும் வல்லுநர்கள். பயணம், நாடு சுற்றுதல் இவையிரண்டும் இவர்களின் வாழ்வியல்.

ஒவ்வொரு வகையான பாண் சமூகத்தாரும் நிலைகுடி யினருக்கு ஒரு குறிப்பிட்ட கலைச்சேவையை நிறைவு செய்தார்கள். இக்கலைச் சேவை மூலம் பாண் சமூகத்தார் சங்க காலத்தில் பல்வேறு திணைகளையும் பல நாடுகளையும் தம் பயணம் வழி இணைத்தார்கள். இவற்றிற்கிடையே பண்பாட்டுப் பாலம் அமைத்தார்கள்.

சங்க இலக்கியம் உள்ளிட்ட செவ்வியல் இலக்கியங்களை ஆழ்ந்து நோக்கும்போது சங்க காலத்திலும், அதற்கடுத்த காலகட்டங்களிலும் ஏறக்குறைய ஒவ்வொரு வட்டாரத்திலும் குறைந்தது பதினெட்டு ஊர்ச் சுற்றும் குடியினர் அலைகுடிகளாக இருந்து வந்துள்ளனர் என்பது தெரிகிறது. இவர்களின் சமூக-பண்பாட்டு அசைவியக்கம் பன்முகத் தன்மையுடன் காணப்பட்டது.

இவர்கள் சீறூர் முதல் நகரங்கள் வரை சுற்றித் திரிந்து வந்ததால் இவர்கள் ஒரு நிலையில் 'பண்பாட்டுத் தொடர்பாளர்கள்' எனும் நிலையிலும், பல்வேறு திணைகளுக்கிடையில் சுற்றித் திரிந்ததால் 'சமயம் சார்ந்த கருத்துகளைப் பரப்புபவர்கள்' எனும் நிலையிலும், சிறுகுடிகளுக்கும் பெருங்குடிகளுக்கும் இடையில் ஊடாடி வாழ்ந்ததால் இக்குடிகளுக்கிடையில் பண்பாட்டுப் பாலம் அமைத்துப் 'பன்மைப் பண்பாட்டை ஏற்கச் செய்தவர்கள்' எனும் நிலையிலும் செயல்பட்டார்கள் (பக்தவத்சல பாரதி 2010).

இன்று பூம்பூம் மாட்டுக்காரர்கள் (ஆந்திரப் பிரதேசத்தில் கங்கேத்துலு எனவும், வட இந்தியாவில் நந்திவாலா எனவும் அழைக்கப்படுபவர்கள்)வட தமிழகத்தில் தேசிங்குராஜன் கதையைப் பரப்பியவர்கள். தென் தமிழகத்தில் அழகர் மாட்டுக்காரர்கள் வள்ளி திருமணம் கதையைப் பரப்புகிறார்கள். இவ்வாறாகவே சங்க காலத்திலும் பாண் சமூகத்தார் திணைக்குடிகளின் மரபுகளுக்கேற்ப வெவ்வேறு நிகழ்த்துக் கலைகளையும் மற்ற வழக்காறுகளையும் மக்களிடம் கொண்டு சென்றார்கள். சங்க காலம் தொட்டு உருவெடுத்த தமிழ்ச் சமூகத்தின் பண்பாட்டு உருவாக்கத்தில் ஊர்ச் சுற்றும் வல்லுநர்களான பாண் சமூகத்தார் சீறூர் மக்களின் அல்லது திணைசார் மக்களின் 'தனிமரபு'களை ஒரு புறத்திலும் மருதநில நகரங்கள், நெய்தல் நில வணிகத் துறைமுக நகரங்கள் ஆகிய இடங்களில் வளர்ந்த 'பொதுமரபினை' மறுபுறத்திலும் இணைப்பவர்களாகவும், கொண்டு கொடுத்துப்

சங்ககாலத் தமிழர் உணவு

பாலம் அமைப்பவர்களாகவும், ஒரு மரபை இன்னோர் இடத்தில் அறிமுகப்படுத்துபவர்களாகவும் செயல்பட்டுள்ளனர்.

பாண் சமூகத்தாரின் இவ்வகையான இணைப்பாலும் பரிவர்த்தனையாலும் இருவேறு மரபுகள் கொண்டு கொடுத்து இடைவினை புரியத் தொடங்கின. இத்தகைய அசைவியக்கத்தில் 'கிராமங்களில் நகரியம்' எனும் பண்பையும், 'நகரங்களில் கிராமியம்' எனும் பண்பையும் ஊடாட்டம் செய்பவர்களாக இந்த ஊர்ச் சுற்றும் வல்லுநர்கள் பங்கு பணியாற்றினர். முல்லைத் திணை ஆயர்களின் இசைக் கருவியான குழலானது பிற்காலத்தில் பொது மரபில் வந்து சேர்ந்துவிட்ட ஓர் இசைக் கருவியாக இருப்பதைக் காண்கிறோம். வேலன் வெறியாடல் மூலம் முருக வழிபாடு மற்ற திணைகளுக்கும் அறிமுகமானது. கழைக்கூத்தும் இன்னும் சில நிகழ்த்துக் கலைகளும் பல திணை மக்கள் விரும்பிப் பார்ப்பவையாக வளர்ந்தன. இவ்வாறு வெவ்வேறு பண்பாட்டுக் கூறுகள் பல திணைகளுக்கும் பரவின.

இத்தகைய அசைவியக்கம் அக்காலத்தில் கலைஞர்களால் மட்டுமே சாத்தியமானது. ஐந்து திணைகளிலும் வாழ்ந்த நிலைகுடிகள் அவரவருடைய தனிமரபுகளையே பேணி வந்தார்கள். இவர்கள் அனைவரையும் இணைக்கும் பாலமாகக் கலைஞர்கள் மட்டுமே செயல்பட்டார்கள். இந்தப் பயணக் கலைஞர்கள் பயணத்தினூடாகப் பல்வேறு வகையினங்களில் பாடல்களைப் பாடியுள்ளனர்; ஆடியுள்ளனர். திணைகளுக்கேற்ற பண்களையும் இசைக்கருவிகளையும் பயன்படுத்தினார்கள். நிகழ்த்துதலே பாண் மரபின் தனித்துவமாகும். இது புலவர் மரபிலிருந்து முற்றிலும் வேறுபட்டதாகும்.

சங்க காலத்தில் வீரயுகச் சமூகத்தையும், பண்பாட்டையும், அரசியலையும், இன்னும் சொல்லப்போனால் நாட்டின் ஒட்டுமொத்த வாழ்க்கை முறையையும் மன்னனை மையமாக முன்னெடுத்துச் செல்ல வேண்டியிருந்தது. அதற்கு வலிமையான 'அசைவியக்கம்' தேவையாயிருந்தது. இந்த அசைவியக்கத்தினை உந்து செலுத்துவதில் மன்னர்களும் பாணர்களும் (புலவர் உட்பட) ஒன்றிணைந்தனர். இந்த அசைவியக்கத்தின் செல்நெறியை முழுமைப்படுத்துவதில் பாண் சமூகத்தினர் பெரும்பங்கு வகித்தனர். அதனாலேயே அவர்கள் ஒரு விரிவான சமூகப் படிநிலையோடும், சமூக அடுக்கமைவோடும், தங்களுக்கான சமூகப் பங்கு பணிகளோடும், இன்னும் பிற சமூகக் கூறுகளோடும் செயலாற்றினர்.

சங்க காலம், வீரயுகக் காலமொன்றின் நீட்சியெனலாம். முதுகுடி மன்னன், சீறூர் மன்னன், குறுநில மன்னன், வேந்தர்

ஆகிய நான்கு வகையான சமூக அரசியல் வடிவங்களில் குடிகளின் சிறப்பு பெரிதும் போற்றப்பட்டது. ஒவ்வொரு குடிக்குரிய வரலாறும் புகழும் திரும்பத் திரும்பப் பேசப்படுவது ஒரு வரலாறாகக் கருதப்பெற்றது. அரசவைகளில் இது புகழ்ச்சிப் பாடல்களாக அரங்கேறியது.

பாண் சமூகத்தார் குல வரலாறு சொல்பவர்களாக, குடிவழிப் பெருமை பேசுபவர்களாக, வம்சாவளியின் தொடர்ச்சியைச் சொல்பவர்களாக, முன்னோர்களின் வீரதீரச் செயல்களை எடுத்துரைப்பவர்களாக, போர்க்களத்தில் மறவர்களுக்கு எழுச்சியூட்டுபவர்களாக, வெற்றி பெற்ற மன்னனுக்கு ஆடல் பாடல் மூலம் களிப்பூட்டுபவர்களாக, பொதுமக்களின் அக வாழ்வில் வாயில்களாக நின்று பல்வேறு உதவிகள் செய்பவர்களாக, இவ்வாறு இன்னும் பல வகைகளில் பங்குபணி ஆற்றுபவர்களாகச் செயல்பட்டுள்ளனர்.

பாண் சமூக மரபின் அதிகபட்ச வளர்ச்சியானது வீரயுகக் காலத்தில்தான் ஏற்பட்டது. அக்காலத்தில்தான் அது உன்னதமான உச்சக் கட்டத்தை அடைந்தது. வீரயுகக் காலம் முழுவதும் முதுகுடி மன்னர், சீறூர் மன்னர், குறுநில மன்னர் எனச் சிறிய அளவிலான குடியினர் கோலோச்சினார்கள். இக்குடிகளின் வரலாறே வீரயுகத்தின் வரலாறாகும். இந்த வீரயுகத்தின் அருமை பெருமைகளை ஆடல் பாடல்களுடன் ஊரெங்கும், நாடெங்கும், நாட்டைக் கடந்தும் பரப்பியவர்கள் பாண் சமூகத்தாரே. இவர்கள் நிகழ்த்து ஊடகமாகச் செயல்பட்டார்கள்.

சங்க இலக்கியத்தில் பாண் மரபினைக் குறிப்பதற்குப் பல்வேறு பெயர்கள் இருந்துள்ளன. அவை வருமாறு:

அகவர்	செயிரியர்
அகவன் மகள்	சென்னி
அகவலன்	துடியன்
அகவுநர்	பண்டர்
அம்பணவர்	பண்ணவன்
ஆடன் மகள்	பரிசிலர்
ஆடற்கூத்தியர்	பறையன்
ஆடுநர்	பாடல் மகடூஉ
ஆடுமகள்	பாடினி
இயவர்	பாட்டியர்
இயவன்	பாடுமகள்
இன்னிசைக்காரர்	பாணன்
ஓவர்	பாணிச்சி
கடம்பன்	பாணிச்சியர்

கண்ணுளர்
கண்ணுளார்
கலப்பையர்
கிணைஞன்
கிணைமகள்
கிணைவர்
கிணைவள்
கிணைவன்
குயிலுவர்
கூத்தர்
கூத்தன்
கோடியர்
சாந்திக் கூத்தர்
பாண் மகள்
பொருநர்
மதங்கர்
மதங்கி
முழவர்
முழவன்
யாழோர்
வந்திகர்
வயிரியர்
வாயிலோர்
விறலி
வேதாளிகர்
சூதர்

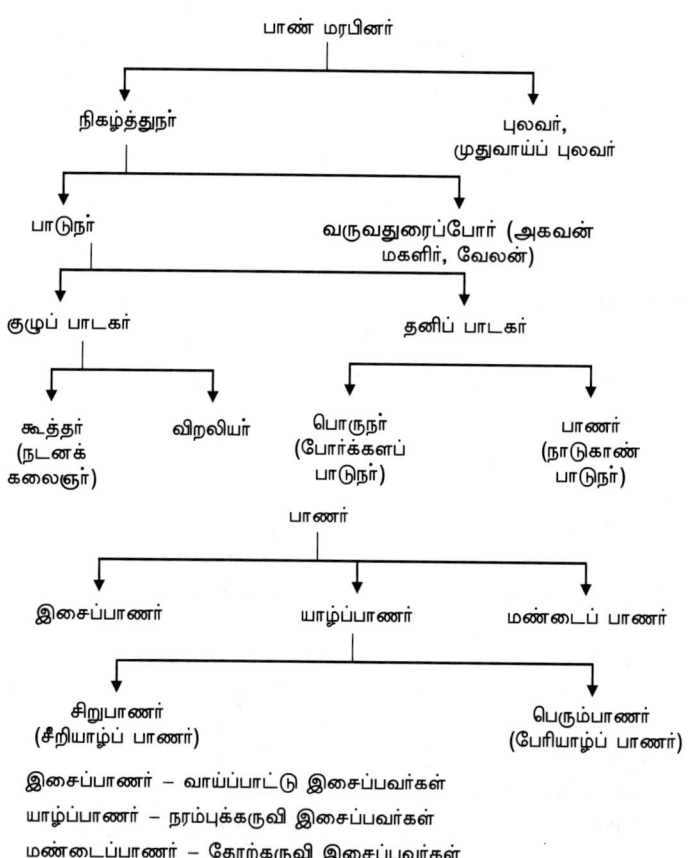

இசைப்பாணர் – வாய்ப்பாட்டு இசைப்பவர்கள்

யாழ்ப்பாணர் – நரம்புக்கருவி இசைப்பவர்கள்

மண்டைப்பாணர் – தோற்கருவி இசைப்பவர்கள்

மேற்கூறிய இப்பெயர்கள் மூலம் பாண் சமூகத்தின் பல்வேறு பண்புகளைக் காணலாம். பெரும்பாலும் தொழில் வழியும், இசைக்கும் கருவி வழியும் பெயர்கள் உருவாகியுள்ளன. பாண் சமூக அமைப்பில் 'உள்படிநிலை'யை நோக்கியவையாக இவை காணப்படுகின்றன. உள் கட்டமைப்பு மிகுந்து பரந்து விரிந்த நிலையில் சங்க காலப் பாண் சமூகம் இருந்துள்ளதை இதன் வழி அறியமுடிகிறது.

பாணரின் வறுமை

பாணர்கள் இயல், இசை, நாடகமெனப் பலதுறை வல்லுநர்களாக இருந்தாலும் அவர்களின் புலமைக்கேற்ற பொருள் வளமில்லாமல் இருந்தார்கள்; வறுமையில் வாடினார்கள். பெரும்பாலான பாணர்கள் வறுமை நீங்காச் சூழலிலேயே வாழ்ந்து வந்தார்கள்.

வறுமையர் பாணர்
பூஇல் வறுந்தலை போல (குறுந்.19:1–2)

பாணர் காண்கஇவன் கடும்பினது இடும்பை (புறம். 173–2)

எனும் பாடலடிகள் பாணர்களின் வறுமை நிலையை உணர்த்துகின்றன.

பாணரின் வாழ்க்கை வறுமையால் வாடியது. அவர்கள் உணவு, உறையுள் இன்றி, உடுத்த நல்லாடைகள் இன்றிச் சுற்றத்தாரோடு நாடோடிகளாய்த் திரிந்தனர் (புறம். 69).

பாணன், தைத்துத் தைத்த, வேர்வையால் நனைந்த பழைய கந்தையாடை அணிந்து எப்பொழுதும் தன் சுற்றத்தோடும், பொலிவற்ற உடலோடும் பசியோடும் அலைந்தான் என இப்புறநானூற்றுப் பாடல் (புறம். 69) பாணரின் வறுமை நிலையை உணர்த்துகின்றது. கடும்பசி இரவலனாக (புறம். 141), மேனி பொலிவற்றவனாக (பொருநர். 79–81), இரந்துண்பவனாக (குறுந். 33), பழுமரம் தேடும் பறவை போலச் சுற்றத்தோடு (பெரும். 20–21) வறுமை தீர்க்கும் வள்ளல்களை நாடி அலைபவனாக இருந்தான்.

உடும்பு உரித்தன்ன என்புஎழு மருங்கின்
கடும்பின் கடும்பசி களையுநர்க் காணாது (புறம். 68: 1–2)

என்ற பாடற்பகுதி பாணரின் கடும் பசியினைக் களையக்கூடிய வள்ளலைக் காணாது வறுமையின் கொடுமையினால் எலும்பும் தோலுமாக இருந்ததை உடும்பு என்னும் விலங்கின் தோலினை உரித்தபின் காட்சி தருவதைப் போலக் காணப்பெற்றதைப் புலப்படுத்துகிறது.

உடை கிழிந்தும், நைந்தும், பழமையுற்று, இழைகள் எல்லாம் தெரியும்படி கிழிந்துபோன ஆடையை அணிந்திருந்தனர். நெய்த இழைகளைக் காட்டிலும் கிழிந்த இடங்களைத் தைத்த பிற நூல் இழைகளே மிகுந்து இருந்தன என்பதை

தொன்றுபடு துளையொடு பருவிழை போகி
நைந்துகரை பறைந்தஎன் உடையும் நோக்கி

(புறம். 376: 10–11)

என்று புறநானூறு வழி அறிய முடிகிறது.

விரும்பிய முகத்த னாகி என்அரைத்
துரும்புபடு சிதாஅர் நீக்கித் தன்அரைப்
புகைவிரிந் தன்ன பொங்குதுகில் உடீஇ

(புறம். 398: 18–20)

என்ற பாடலடிகள் பாணனுடைய கிழிந்த ஆடையை நீக்கித் தன் இடுப்பிலுள்ள புகையைப் போன்ற ஆடையை வஞ்சன் என்னும் மன்னன் வழங்கினான் என்று குறிப்பிடுகின்றன.

சங்க இலக்கியப் பாடல்கள் பாணர்களின் வறுமையைப் பலவாறு படம்பிடித்துக் காட்டுகின்றன. பசியின் காரணமாகப் பஞ்சடைந்த கண்களுமாய் உடல் மெலிந்து எலும்பும் தோலுமாய்ச் சுற்றத்தாருடன் கடும்பசியில் உழன்றதைக் கூறுகிறது புறநானூறு (136: 6–9).

பாணர்களின் வாழ்வு வறுமை, வளம் என இரு துருவங்களையும் கொண்டிருந்தது. அவர்களின் வாழ்க்கை ஏற்றமும் இறக்கமும் உடையது. உப்பு இல்லாத கீரையைச் சமைத்துண்ணும் வறிய வாழ்வையும் கொண்டிருந்தனர். அரசனோடு இருந்து இராசபோக வாழ்வையும் அனுபவித்துள்ளனர். பெரும்பாணாற்றுப்படை, சிறுபாணாற்றுப்படை, பொருநராற்றுப்படை ஆகிய மூன்றிலும் இடம்பெறும் கருத்துகள் மூலம் இதனை அறியலாம்.

பாணர் பெற்ற கொடைகள்

மன்னர்கள் தம் வாழ்வியல் விழுமியங்களில் பாணர்க்குப் பரிசில் கொடுப்பதற்காக அவர்களை வரவழைப்பதும் தம் கடமையெனப் ('பாண்கடன்') போற்றினர். 'ஆண்கடன் உடைமையின் பாண்கடன் ஆற்றிய' (புறம். 201: 14) 'பாண்கடன் இறுக்கும் வள்ளியோய்' (புறம். 203: 11) எனும் அடிகள் இதனைப் புலப்படுத்துகின்றன.

பாணர்கள் மனநிறைவு கொள்ளும்படிப் பல்வேறு வகையான பொருட்களைப் பெற்றனர் (புறம். 34, பதி. 32, 37). 'பாணர்க்கு

அகலாச் செல்வம் முழுவதும் செய்தோன்' (புறம். 34: 14–15) என மன்னர்கள் பெயர் பெற்றனர்.

மன்னர்கள் முதலில் பாணர்களின் பசியைப் போக்கினர் (புறம். 34, 68, 136, 212, 239, 324, 327; பதிற்.38, 65); மது கொடுத்து மகிழ்வித்தனர் (புறம். 115). 'கடும்பின் கடும்பசி கலையுநர்' (புறம். 68:2) என்றே மன்னர்கள் பெயர் பெற்றனர்.

பாணர்கள் கிழிந்த ஆடைகளுடன் சென்றனர். மன்னர்கள் அவற்றைக் களைந்து புத்தாடை அணிவித்தார்கள் (புறம். 69, 136, 138, 376, 398).

புலமைமிக்கப் பாணர்க்கு மன்னர்கள் தங்கத்தாலான பொற்றாமரைப் பூச்சூட்டிப் பெருமைப்படுத்துவார்கள். 'சூடாய் பொலந் தாமரைப் பூம்பாணரொடு' (புறம். 12, 361), 'ஆடுவண்டு இமிராத் தாமரை' (புறம். 69:20) எனும் பாடலடிகள் இதற்குச் சான்றாகும்; தாம் அணிந்திருந்த ஆரம் கொடுப்பர் (புறம். 150); தாம் அணிந்த கடகம் ஈவர் (புறம். 150).

மன்னர்கள் தாம் போரில் வென்ற யானைகளையும் (அகம். 106, புறம். 127; மதுரை. 219, நற். 310) குதிரைகளையும் (நற். 185) பரிசிலாகத் தந்தார்கள். 'களிறுபெறு வல்சிப் பாணன்' (அகம். 106) எனும் அடியும், 'பாணர், பரிசில் பெற்ற விரி உளை நல்மான்' (நற். 185) எனும் அடியும் இவற்றைக் கூறுகின்றன.

சீறூர் மன்னர்கள் தம் ஊர்கள் சிலவற்றைப் பரிசிலாக வழங்கினார்கள். 'பாணர்க்கு ஒக்கிய நிரம்பா இயல்பின் கரம்பைச் சீறூர்' (புறம். 302: 6–7). 'முந்நூறு ஊரும் பரிசிலர் பெற்றனர்' (புறம். 110: 4) என்று புறநானூறு கூறுகிறது.

பாணர்களுக்கு மட்டுமல்லாமல் அவருடன் பெருங் கூட்டமாக வரும் பாணர் சுற்றத்தாருக்கும் 'இன்னும் வரும்கொல் பாணரது கடும்பே' (புறம். 264: 7) என உணவும் பொருளும் கொடுத்து மன்னர்கள் பாண்கடன் ஆற்றியுள்ளனர். 'பாணொக்கர் கடும்பு புரப்பர்' (புறம்.224) 'தங்கினை சென்மோ பாண' (புறம். 320–15) எனப் பாணனைத் தங்கிச் செல்லுமாறு வேண்டுவர்.

'பரிசிலரின் பாதுகாவலர்கள்' என்றே மன்னர்கள் பெயர் பெற்றனர். குறுந்தொகை (59: 1) இவர்களைப் 'பரிசிலர் கோமான்' என்கிறது.

மறுபங்கீடு

பாணர்கள் தாம் பெற்ற பொன்னையும் பொருளையும் சேமித்தாரில்லை. அன்றாடத் தேவைக்கு மிஞ்சியதை மற்றவர்களுக்குக் கொடுத்து மகிழ்ந்தார்கள். உபரி, சேமிப்பு இரண்டுமற்ற ஒரு பழங்குடிப் பண்பைக் கொண்டவர்களாக இவர்களுடைய வாழ்வு இருந்தது. எவ்வளவு பொருள் கிடைத்தாலும் தம் நுகர்வுக்குக் கூடுதலானவற்றை எல்லார்க்கும் வழங்கி மகிழ்ந்தார்கள்.

> பசித்த ஒக்கல் பழங்கன் வீட (புறம். 389)
> இரும்பேர் ஒக்கல் பெரும்புலம்பு அகற்ற (புறம். 390)

எனும் அடிகள் மூலம் இதனை அறியலாம். பாணர்கள் தாம் மட்டுமில்லாது தம் கூட்டத்தையே வாழ்விக்க வேண்டியவர்களாக இருந்தனர். பழங்கள் நிறைந்த மரத்தைப் பறவைக் கூட்டங்கள் நாடிச் செல்வது போலப் பாணர்களும் கூட்டம் கூட்டமாகச் சென்றார்கள். பழமரத்தையும் பறவைகளையும் உவமை காட்டி விளக்குவதன் மூலம் பாணர் கூட்டத்தின் தன்மையைப் புரிந்துகொள்ள முடிகிறது.

> கனிபொழி கானம் கிளையொடு உணீஇய
> துனைபறை நிவக்கும் புள்ளினம் மான
> (மலைபடு. 54–55)

பாணர்களில் பலர் தாம் துய்ப்பதற்கு மட்டுமன்றிப் பிறர்க்குக் கொடுப்பதற்காகவும் பரிசில் பெற்றனர்.

> நிறன் உற்ற அராஅப் போலும்
> வறன் ஓரீஇ வழங்கு வாய்ப்ப
> விடுமதி அத்தை, கடுமான் தோன்றல் (புறம். 382)

நல்ல நிறத்துடன் இருக்கும் பாம்பு தன் தோலை உரித்துப் புதுப் பொலிவு பெறுவதுபோலப் பரிசில் கொடுத்து எம் வறுமையை நீக்கி வழியனுப்புவாயாக என்று பாணன் கூறும் கூற்று இவர்களுடைய வாழ்வு வறுமையைக் காட்டுகிறது. பாணர்களின் வாழ்வு கவலையில்லாத பறவைகளின் வாழ்க்கை போன்றதாகும். சுற்றித் திரிந்தால் வாழ்ந்துவிடலாம் என்ற கொள்கையுடையவர்களாய் இருந்தார்கள்; 'யாதும் ஊரே' என்று திரிந்தார்கள்.

> ஏற்றுக உலையே! ஆக்குக சோறே!
> கள்ளும் குறைபடல் ஓம்புக! ஒள்ளிழைப்
> பாடுவல் விறலியர் கோதையும் புனைக!
> அன்னவை பலவும் செய்க! (புறம். 172)

எனும் புறநானூற்றுப் பாடல் பாணர்களின் நம்பிக்கையைப் பறைசாற்றும் பாடலாகும். மன்னன் பிட்டனும் அவனது தலைவனாகிய சேரனும் இருக்கும்போது பாணருக்கும் பொருநருக்கும் கவலையில்லை; ஏற்றுக உலையே, ஆக்குக சோறே எனத் தயார்படுத்தும் கூற்று இதன்வழி வெளிப்படுகிறது.

பொருள் வேண்டி வந்த பரிசிலர்க்கு வரிசையறிந்து வழங்கும் திறன் கொண்ட மன்னர்களைப் பல பாடல்கள் குறிப்பிடுகின்றன.

வரிசை அறிதலும் வரையாது கொடுத்தலும்
பரிசில் வாழ்க்கைப் பரிசிலர் ஏத்த
(சிறுபாண். 216–217)

சேர மன்னர்கள் பரிசிலரின் பாதுகாவலர்கள் எனப் பதிற்றுப்பத்து சிறப்பிக்கின்றது. அவர்களுடைய நிழலில் வாழ்பவராகப் பரிசிலர் பின்வருமாறு காட்டப்பட்டுள்ளனர்:

வயவர் வேந்தே பரிசிலர் வெறுக்கை (பதிற். 15: 21)
பரிசிலர் வெறுக்கை பாணர் நாளவை (பதிற். 38: 9)
பாணர் புரவல பரிசிலர் வெறுக்கை (பதிற். 65: 11)
பரிசிலர் கோமான் (குறு. 59: 1)
வான்ஏறு புரையும்நின் தாள்நிழல் வாழ்க்கைப்
பரிசிலர் செல்வம் (புறம். 265: 6–7)

இன்னொருபுறம் பரிசிலர் எண்ணிச் சென்றதைவிடப் பெருமளவு பொருள்களை மன்னர்கள் வாரி வழங்கியதையும் அறிய முடிகிறது. பரிசிலர் எண்ணியதைவிட யானைகளையும் பரிசாகப் பெற்றதைப் பின்வரும் அடிகள் கூறுகின்றன.

பெற்று ஆனாரே பரிசிலர் களிறே (பதிற். 47: 2)
பாவடி யானை பரிசிலர்க்கு அருகா (புறம். 233: 2)
மன்றுபடு பரிசிலர்க் காணின் கன்றொடு
கரையடி யானை இரியல் போக்கும்
(புறம். 135: 11–12)

பறம்பு மலையின் முந்நூறு ஊர்களையும் பரிசிலர்க்குக் கொடுத்தவன் அம்மன்னன் என ஒரு பாடல் தெரிவிக்கின்றது.

முந்நூறு ஊரும் பரிசிலர் பெற்றனர் (புறம். 110–4)

சீறூர் மன்னன் ஒருவன் தனக்குரிமையுடைய ஊர்களில் சிலவற்றைப் பாணர்களுக்கு வழங்கி மகிழ்ந்தான் எனப் புறநானூறு வழி அறிய முடிகிறது.

.... பாணர்க்கு ஒக்கிய
நிரம்பா இயல்பின் கரம்பைச் சீறூர் (புறம். 302: 6–7)

இந்த ஊர்கள் குறுகிய வழிகளையும் கரம்பைகளையும் கொண்டவை என்றும் அறியமுடிகிறது.

இரவலர் பரிசில் வேண்டும்போது வரிசையறிந்து அள்ளித் தருமளவிற்குப் பொருளுமில்லை; இல்லையென்று திருப்பியனுப்பும் ஈகை குணமற்றவனுமல்ல என்பதை

நிரம்பாது கொடுக்குஞ் செல்வமு மிலனே
இல்லென மறுக்கும் சிறுமையு மிலனே (புறம். 180: 1–2)

எனும் பாடல் வழி அறியலாம். இரவலர் இரக்கும்போது பரிசில் கொடுப்பதற்காகப் போரிடச் சென்றவனாக ஒரு குறுநில மன்னன் பாடப் பெற்றுள்ளான் (புறம்.180). இந்த வன்புலக் கிழார்கள் வேந்தர்களின் ஆதரவில் அல்லது அவர்களுடைய ஆட்சியின் கீழ் வாழ்ந்தவர்களாக இருந்துள்ளனர். சில நேரங்களில் பொருள் வளமில்லாதவர்களாக இருந்துள்ளனர். பாணர்கள் தம்மிடம் பரிசில் வேண்டி வந்த பிறகே, கொல்லனிடம் வேல்வடித்துத் தருமாறு வேண்டி, அதன் பின்னர் வேட்டைக்குச் சென்று பாணர்களுக்கு உணவளித்தனர்.

வேந்தர்கள் போலப் பொற்றாமரையும் தேரும் தரமுடியா விட்டாலும் பசித்த வேளைக்கு உணவளிக்கும் ஈகைக் குணம் மிகுந்தவர்களாக இருந்துள்ளார்கள்.

இலனென்னும் எவ்வம் உரையாமை ஈதல்
குலனுடையான் கண்ணே உள (குறள். 223)

ஈதல், பெறுதல் இரண்டுக்கும் விழுமியக் கருத்துக்களைப் பண்டைத் தமிழர் போற்றி வந்துள்ளனர். அவர்கள் மூன்று முக்கியமான விழுமியங்களைப் போற்றி வந்தார்கள்.

1. இவன் இல்லாதவன் என்று பழிக்காமல் கொடுப்பது.
2. என்னிடம் ஏதுமில்லை என்று சொல்லாமல் கொடுப்பது.
3. என்னிடம் பொருளில்லை என்னும் இழிவினை இரவலன் கூறும் முன்பாகவே அவனுக்கு ஈதல்.

பண்டமாற்றம்

பாணர்கள் கலைஞர்களாக வாழ்ந்தாலும் அவர்கள் கையிலிருந்தவற்றை மற்றவர்க்குக் கொடுத்துப் பண்டமாற்றம் செய்து கொண்டார்கள். வாளை மீனை விற்று அதன் விலைக்குப் பழம் நெல்லையும் முத்துக்களையும் நல்ல ஆபரணங்களையும் மருதத் திணைப் பாண்மகள் பெற்றுக்கொண்டாள் எனப் பண்டமாற்று முறையை அகநானூறு நமக்குக் காட்டுகிறது.

காலைத் தந்த கணைக்கோட்டு வாளைக்கு
அவ்வாங்கு உந்தி அஞ்சொல் பாண்மகள்
நெடுங்கொடி நுடங்கு நறவுமலி மறுகில்
பழஞ்செந் நெல்லின் முகவை கொள்ளாள்
கழங்குறழ் முத்தமொடு நன்கலம் பெறூஉம்
(அகம். 126: 8–12)

பாண்மகள் இனிய கெடிற்று மீனைக் கொணர்ந்து மருத நில இல்லத்தரசியிடம் வட்டி நிரம்புமாறு கொடுக்க, அவள் அரிகாலில் விதைத்துப் பெற்ற பெரும் பயற்றைக் கொடுத்தனுப்புகிறாள் என ஐங்குறுநூறு குறிப்பிடுகிறது.

முள்ளெயிற்றுப் பாண்மகள் இன்கெடிறு சொரிந்த
அகன்பெரு வட்டி நிறைய, மனையோள்
அரிகாற் பெரும்பயறு நிறைக்கும் ஊர (ஐங். 47: 1–3)

விருந்து

பாணர்கள் எளியவர்கள்; வறுமையாளர்கள். ஆயினும் அவர்களுக்கு வழங்கும் உணவில் எவ்விதமான குறையையும் வள்ளல் பெருமக்கள் வைப்பதில்லை. தாங்கள் உண்ணுகின்ற உணவை அல்லது அதற்கு நிகரான உணவைப் பாணர்களுக்கு வழங்குவார்கள்.

சீறூர் மன்னர்கள் குறுகிய காலையுடைய உடும்பின் தசையைச் சமைத்துத் தயிருடன் கூடிய கூழையும் புதிதாக வந்த வேறு உணவுப் பழம், கள், தீயில் வாட்டிய தசைத் துண்டுகள், அரிசியில் நெய் சேர்த்துச் சமைக்கப்பட்ட உணவு முதலியவற்றையும் பாணரின் பசி நீங்கத் தருவார்கள். பாணருக்கு விருந்தளிக்கும் ஆரவாரத்துக்கு மத்தியில் நெற்றியில் அணியத்தகும் பொன்னாலாகிய பட்டம் முதலானவற்றைப் பரிசிலாக வழங்கினர். கள்ளும் ஆட்டிறைச்சியும் தந்து வறுமையைப் போக்கினர் என்பதன் மூலம் அவர்களின் விருந்து போற்றும் திறத்தினை அறிய முடிகிறது (புறம். 326, 328, 334, 376)

பாண் சமூகத்தார் மன்னர்களிடமிருந்து பெற்ற உணவு வகைகளைப் புறநானூறு 374 முதல் 400 வரையுள்ள பாடல்களில் சிறப்பித்துக் கூறுகிறது (ராஜகௌதமன் 2006: 210). அதிகாலையில் சூரியன் உதிக்கும் வேளையிலேயே கிணைவன், புலவலன் வீட்டின் முன் கிணைப்பறை அடித்து அழைத்தான் (புறம். 376). சில நேரங்களில் ஊர் தூங்கும்போதுகூடப் பனி விழும் குளிரில் கிணை கொட்டினான் (புறம். 377). அவனுக்கு நெய்யில் பொரித்த, தாளித்த சூட்டுக் கறியும், மணிக்கலம் நிறைய மணம் கமழும் தேறலும் (மதுரை.) கிடைத்தன (புறம். 397).

பாண் சமூகத்தாருக்குப் புரவலர்கள் ஊன்துவை அடிசில் (புறம். 390), தேள் கடுப்பன்ன நாட்படு தேறல், நார் அரி நறவு (புறம். 400), பன்றியின் கொழுத்த கறியை நறுநெய்யில் உருக்கிச் செய்த பொரியல், சோறு (புறம். 379), ஊன் உணவு, அது வெறுத்துப் போனால் பாலிலும் பாகிலும் பெய்த உணவு (புறம். 381), நீர்போலத் தாராளமாக நெய் ஊற்றப்பட்ட நிணம் பெருத்த கொழுஞ்சோறு (புறம். 384), சுட்டக் கறி, மது (மட்டு), குறுமுயற் கறியோடு நெய் பெய்த சோறு (புறம். 396) முதலான உணவுகளை வழங்கி யுள்ளனர் (மேலது: 210).

சேர நாட்டில் வீரர், இரவலர் முதலானவர்க்கு வழங்கப்பட்ட உணவில் இறைச்சி, கள், வெண்ணெல் சோறு முதலானவை தவறாமல் இடம்பெற்றன (பதிற்.12, 18, 21, 24) என்பதையும் ராஜ்கௌதமன் (மேலது: 211) கவனப்படுத்துகிறார்.

திருமாவளவன் தந்த இறைச்சி உணவைத் தின்ற பொருநர்களின் பற்கள் கொல்லையில் உழுத கலப்பையின் கொழு போலத் தேய்ந்தது என்கிறது பொருநராற்றுப்படை (14–118). நள்ளி எனும் வேட்டைத் தலைவன் தன் குன்றுக்கு வந்தவர்களுக்கு வேட்டையாடிய மான் இறைச்சியைத் தானே தீயில் சுட்டுத் தந்தான் (புறம்.150). ஓரி எனும் மன்னன் வேட்டையாடிய மான் கறியோடு மதுவையும் வழங்கிப் பசி தீர்த்தான் (புறம்.152).

வேடர் குலப் பெண் ஒருத்தி சிறுவர்கள் மடுவில் பிடித்து வந்த உடும்பின் இறைச்சியோடு தயிர் கலந்து தயாரித்த கூழினைப் பாணர்களுக்குக் கொடுத்தாள் (புறம். 326). இவ்வாறு பாணர்கள் எல்லாத் திணைகளிலும் மன்னர்களிடமிருந்தும் மக்களிடமிருந்தும் விருந்துண்டார்கள்.

பாணர்கள் பெரிய அளவில் பரிசுகளைப் பெற்ற பொழுதும் உணவுக்குப் பல நேரங்களில் திண்டாடி இருக்கின்றனர். பசியினால் பெரிதும் வருத்தமடைந்தனர்.

பாணன் உணவு உண்ணாத காரணத்தால் உடல் வாட்டமடைந்து கண்கள் நீரால் நிறைந்து உடல் வியர்த்துச் சுற்றத்தினருடன் பசியால் வருந்துகிறான். பாணரும் பாணரின் சுற்றமும் பசியுடன் இருந்தனர். பாணர் மகிழ்ச்சியடைய அவருடைய பசியினை மாற்றுவர். கடன்காரர்களுக்குக் கொடுத்துப் பின் எஞ்சியதைப் பசித்து வந்த பாணர் உண்டு வெளியேறுவர் என்பதை,

உண்ணாமையின் ஊன்வாடித்
தெண்ணீரின் கண்மல்கிக்
கசிவுற்றஎன் பல்கிளையொடு

பசி அலைக்கும்	(புறம். 136: 6–9)
கடும்பின் கடும்பசி களையுநர்	(புறம். 68: 2)
பாண் உவப்ப பசி தீர்த்தனன்	(புறம். 239: 17)
கடவர்க்குக் கொடுத்த மிச்சில்	
பசித்த பாணர் உண்டு கடை தப்பலின்	(புறம். 327: 3–4)
அமலைக் கொழுஞ்சோறு ஆர்ந்த பாணர்	(புறம். 34: 14)

இந்த வரிகள் மூலம் அறிய முடிகிறது.

உண்கலம்

பாணர்கள் தாங்கள் செல்லும் இடந்தோறும் மண்டையை (உண் கலத்தை) உடன் கொண்டு செல்வர்.

பாரி வள்ளல் பாணனின் உண்கலம் நிறையக் கள்ளினை வழங்கி மகிழ்விப்பான்.

பாணர் மண்டை நிறையப் பெய்ம்மார் (புறம். 115: 2)

எனும் அடி இதனைப் புலப்படுத்துகின்றது.

பின்னுரை

பாண் குழுவினரை ஐவகை நில மக்களும் வரவேற்றுப் பசி நீக்கி அவர்களை ஆதரித்துள்ளனர். இதனைப் பெரும்பாணாற்றுப்படையும், சிறுபாணாற்றுப்படையும், மலைபடுகடாமும் புலப்படுத்துகின்றன. சீறூர் மன்னர்கள், முதுகுடி மன்னர்கள், குறுநில மன்னர்கள், நிலக்கிழார்கள், ஊர்ப் பொதுமக்கள் என அனைவரும் அவர்களை ஆதரித்துள்ளனர். பாணர்கள் செல்லும் வழியெங்கும் ஊர்ப் பொது மன்றங்களில் தங்கள் கலை நிகழ்ச்சிகளை நிகழ்த்தி மக்களை மகிழ்ச்சியுறச் செய்துள்ளனர். இதனை,

மன்றம் போந்து மறுகுசிறை பாடும்
வயிரிய மாக்கள் கடும்பசி நீங்கப்
பொன்செய் புனையிழை யொலிப்பப் பெரிதுவந்து
நெஞ்சுமலி உவகையர் உண்டு மலிந்தாடச்
சிறுமகி ழானும் பெரும்கலம் வீசும்
போரடு தானைப் பொலந்தார்க் குட்டுவ

(பதிற். 23: 5–10)

என்ற பதிற்றுப்பத்து வழி அறிய முடிகிறது.

பாணரின் வாழ்க்கை முறையில் சுற்றத்தார் பெரும்பங்கு வகிக்கின்றனர். பாணரைக் குறிப்பிடும் பொழுதெல்லாம் கடும்பு, ஒக்கல், சுற்றம் எனக் குறிக்கப் பெறுகின்றனர்.

பாணர்கள் தனித்து இயங்காமல் தம் சுற்றமொடு நாடோடிக் குழுவினராய்ப் பரிசில் தரும் வள்ளல்களை நாடிச் சென்றுள்ளனர். பழங்கள் தரும் மரங்களை நாடும் பறவைகள் போலப் பாணர்களும் குழுவாக வள்ளல்களை நாடினார்கள் என்பதைப்

> பழுமரம் தேரும் பறவைப்போல
> கல்லென் சுற்றமொடு கால்கிளர்ந்து திரிதரும்
> புல்லென் யாக்கைப் புலவுவாய்ப் பாண

(பெரும்பாண்: 20-22)

என்று பெரும்பாணாற்றுப்படை கூறுகின்றது.

பாணர் தம் வாழ்வில் பெற்ற வளத்தைச் சுற்றமொடு பகிர்ந்து வாழ்ந்ததை அறிய முடிகின்றது.

> இரும்பேர் ஒக்கல் பெரும்புலம்பு அகற்ற   (புறம். 390)

மேலும்,

> கட்கேள்விக் கவைநாவின்
> நிறன்உற்ற வராஅப் போலும்
> வறன் ஒரீஇ வழங்கு வாய்ப்ப
> விடுமதி அத்தை கடுமான் தோன்றல்   (புறம். 382)

என்ற பாடல் வழித் தாம் பெற்றதைப் பிறர்க்குத் தாம் வழங்கி மகிழும் இனக்குழுப் பண்பை அறிய முடிகிறது.

பாணர்கள் இறைச்சி, கள் உண்ணும் பழக்கத்தினர் (புறம்.115:2). உணவு, பரிசுப் பொருட்கள் எனக் கிடைப்பன வற்றைப் பகுத்துண்ணும் பழக்கம் உடையவர் (மலை.54-55).

செல்வத்தைச் சேர்த்து வைக்கும் வழக்கம் உடையவராக இவர்கள் இருக்கவில்லை. நிலைத்த சமூகமாய் அல்லாமல் நாடோடிகளாய் நிலை குடிச் சமூகத்தினரை நாடி, அண்டி வாழும் நாடோடிகளாய் வாழ்ந்தனர்.

கலைச்செல்வத்தைப் போற்றியவர்கள், பொருட்செல்வத்தைப் போற்றிப் பாதுகாக்கவில்லை (புறம். 382). இது நாடோடியத்தின் தனிப்பெரும் பண்பாகும்.

7

மது வகைகள்

பண்டைத் தமிழர் வாழ்வியலில் பன்னிரண்டுக்கும் மேற்பட்ட வகையான மதுபானங்கள் குடிக்கும் வழக்கம் நீண்ட நெடுங் காலமாக இருந்து வருகிறது. சங்க இலக்கியங் களில் கள்ளுண்ணுதல் பற்றிய குறிப்புகள் பரந்து கிடக்கின்றன. நாம் இன்று காப்பி, தேநீர் குடிப்பதுபோலச் சங்க காலத்தில் மது எல்லோராலும் விரும்பிக் குடிக்கப்பட்ட பானமாக இருந்துள்ளது. அன்றாட உணவின் ஒரு பகுதியாகவும், முக்கியமான உணவுப் பண்டமாகவும் அது ஏற்றுக்கொள்ளப் பட்டிருந்தது.

மது வகைகள் பற்றிய சங்க இலக்கியப் பாடல்களைத் தொகுத்துப் பார்க்கும்போது அது தேனிலும், தினையிலும், பனையிலும், பழத்திலும், அரிசியிலும் செய்யப்பட்டதைக் காணமுடிகிறது. சங்க காலத்தில் 'மது' பல்வேறு பெயர்களில் வழங்கப்பட்டுள்ளது. கள், அரியல், தேறல், தோப்பி, நறவு, நறவம், நறா, நனை, மட்டு, மது, பிழி, வெப்பர், மட்டம், மகிழ், மகிழ்பதம், வேரி, கந்தாரம் என்றெல்லாம் அழைக்கப்பட்டது. இந்த வகையினம் ஒவ்வொன்றும் வெவ்வேறு செய் நேர்த்தியால் தயாரிக்கப்பட்டது; சுவையாலும் வேறுபட்டிருந்தது (அகம். 35, 182; புறம். 120, 152, 269, 258, 396 ; நற். 59; பெரும்பாண். 275–281; மதுரை. 522; ஐங். 42).

சங்க காலத்தில் கள்ளின் பயன்பாட்டைப் பார்க்கும்போது அது உணவின் ஒரு கூறாகவே இருந்துள்ளதைக் காண்கிறோம்.

நாட்டை ஆண்ட மன்னன் தன் சக வீரர்களுக்குக் கள் ஊற்றிக் கொடுத்துள்ளான் (புறம். 289).

மன்னன் அளித்த விருந்தில் புலமைமிக்கப் புலவர்களும் கலந்துகொண்டு மதுவைச் சுவைத்துப் பருகியுள்ளனர் (புறம். 381, 396, 397).

சங்ககாலப் புலவர்களில் பேராளுமை செலுத்திய பெண்பாற் புலவரான ஔவை கள் உண்டு மகிழ்ந்தார் (புறம். 235, 376).

கடின உழைப்புக்குப் பின்னர் கள்ளை மாந்திய தந்தைக்கு மகள் ஒருத்தி மீன் பொரித்து ஊட்டிவிட்ட குறிப்பும் உள்ளது (அகம். 216).

இல்லறப் பெண்கள் கள் உண்டு மகிழ்ந்தனர் (கலி. 73; அகம். 221, 336: 6–11, பொருநர். 85–87). வீட்டிற்கு வரும் விருந்தினருக்கும் கள் கொடுத்து மகிழ்ந்தனர்.

நள்ளி எனும் சீறூர் மன்னர் தன்னிடம் வந்தவர்க்கு வேட்டையாடிய மான் இறைச்சியைத் தானே தீயில் சுட்டுத் தந்தான் (புறம். 150). ஓரி மான் கறியோடு மதுவையும் வழங்கிப் பசி தீர்த்தான் (புறம். 152).

பாரி கண்ட மலைநாட்டில் புல்வேய்ந்த குடிசைகளில் வாழ்ந்த சாதாரண குடியினர்கூட விருந்தினருக்கு நிலத்தில் புதைத்து விளைந்த 'மட்டு' எனும் தேறலையும், வறுத்த நறுநெய்க் கடலையும், சோறும் கொடுத்து உபசரித்தனர் (புறம். 120).

கள்ளைக் காய்ச்சிய பெண்கள் 'நுளைமகள்' எனப் பட்டனர் (சிறுபாண். 158).

கள் விற்கும் பெண்டிர் 'அரியலாட்டியர்' எனப்பட்டனர் (அகம். 245: 7–10).

பெண்கள் தம் இல்லங்களிலேயே கள் தயாரித்தனர் (பெரும்பாண். 275–282, 339–340; அகம். 245: 7–10, 348: 7–10).

மேற்கூறிய தரவுகளைக் கருத்தூன்றி கவனிக்கும்போது சங்க காலத்தில் அரசர், வீரர், புலவர், பாணர், விருந்தினர், ஆண்கள், பெண்கள் என அனைவரும் கள்ளை விரும்பிக் குடித்துள்ளனர். உணவின் ஒரு கூறாகவே அது இருந்துள்ளது.

பெண்கள் கள்ளுண்டு மகிழ்ந்தனர். மயக்கம் வருமளவிற்கு அதிகமாகவும் உண்டனர் என்பதை

> மகிழ்மிகச் சிறப்ப மயங்கினள் கொல்லே
> யாணர் ஊர! – நின் மாண்இழை அரிவை (ஐங். 42: 1–2)

என ஐங்குறுநூறு குறிப்பிடுகிறது.

கள்

சங்க காலத்தில் கள்ளுணவு உணவின் ஒரு பகுதியாக இருந்தது. அது வீட்டிலேயே தயாரிக்கப்பட்டது. பெண்களே தயாரித்தனர். வீட்டிற்கு வரும் விருந்தினர்க்குப் பெண்களே கள்ளைப் பரிமாறினர். சங்க இலக்கியத்தில் காணப்படும் மது வகைகளில் 'கள்' பற்றிய குறிப்புதான் அதிகம். அது 88 இடங்களில் வருகிறது.

கள் பலவகையில் தயாரிக்கப்பட்டது. அது அரிசிக் கள், தினைக் கள், மா பலாக் கள், தேன் கள் (தேக்கள்), பனங்கள் எனப் பலவாறு வேறுபட்டன. இடுபொருளாலும் செய்முறையாலும் இதன் சுவை மாறுபட்டிருந்தது. வேட்டையாடி உணவு சேகரித்தலின்போது தேன் எடுத்தலை விரும்பி மேற்கொண்டனர். தொல்குடிகள் வாழ்வில் தேன் முக்கிய இடம்பெற்றிருந்தது. தேனைச் சேகரித்த மக்கள் அதனை மூங்கில் குழாய்களில் இட்டுப் பாதுகாத்தனர். பல நாட்களுக்குப் பின்னர் அது புளிப்பேறி உண்பவருக்கு மயக்கத்தை ஏற்படுத்தியது. இந்த அனுபவத்தின் ஊடாகத் தேனைப் பிழிந்து மூங்கில் குழாய்களில் அடைத்து மதுவாக மாந்தியது 'பிழிமகிழ் வல்சி' (புறம்.269:7) எனப்பட்டது. குன்றக் குறவர்கள் மூங்கில் குழாய்களில் வார்த்திருந்த மதுவை உண்டு வேங்கை மர முற்றத்தில் குரவையாடியதை,

> குறியிறைக் குரம்பைக் குறவர் மாக்கள்
> வாங்கமைப் பழுனிய தேறன் மகிழ்ந்து
> வேங்கை முன்றிற் குரவை யயரும்
> தீஞ்சுளைப் பலவின் மாமலைக் கிழவன் (புறம். 129: 1–4)

எனும் அடிகள் மூலம் அறியமுடிகிறது.

தினைமாவிலிருந்து வடித்த கள்ளை மறவர் உண்டனர் என்பதைத் 'தினைக்கள் உண்ட தெறிகோல் மறவர்' என்கிறது அகநானூறு (284: 8).

பருத்த பலாப் பழத்திலிருந்து பிழிந்த பிழியை உண்டு களித்த கானவன் பற்றிய குறிப்பினை அகநானூறு பின்வருமாறு குறிப்பிடுகிறது.

> புல்வேய் குரம்பை புலர ஊன்றி
> முன்றில் நீடிய முழவுஉறழ் பலவின்
> பிழிமகிழ் உவகையன் கிளையொடு கலிசிறந்து
> (அகம். 172: 10–12)

கள்ளினைத் தயாரிக்கும் முறையாலும், பயன்படுத்தும் பொருட்களாலும் தொடரிக் கள், தினைக் கள், பனைக் கள், விளை கள், தோப்பிக் கள் என அழைக்கப்பட்டன. தொடரிக்

கள் என்பதை 'விளை கள்' என்கிறது புறநானூற்றுப் பாடல். தொடரி எனும் பழத்தையும், களாப் பழத்தையும் ஒன்றாகக் கலந்து பதப்படுத்தி உருவாக்கப்பட்ட ஒரு கள் வகையே விளை கள்.

குறிஞ்சி நிலத்தில் குன்றின் அடிவாரத்தில் சிறுமனையின் முற்றத்தில் தினையிலிருந்து வடித்த கள்ளினையுண்டு, மானிறைச்சியை அறுத்துத் தின்னும் மறவர் பற்றி

தினைக்கள் உண்ட தெறிகோல் மறவர்
விதைத்த வில்லர், வேட்டம் போகி
முல்லைப் படப்பைப் புல்வாய் கெண்டும் (அகம். 284: 8–10)

என்று வர்ணிக்கிறது.

மருத நிலத்தில் முற்றிலும் மாறுபட்ட வகையில் கள் தயாரித்தனர். இங்குத் தினை, அரிசி முதலான தானியங்களைக் கொண்டு கள் தயாரித்த முறையைப் பெரும்பாணாற்றுப்படை (275–281) விரிவாக விவரிக்கிறது.

அரிசியைக் களியாகச் சமைத்து அதனைக் கலத்தில் ஊற்றி ஆற வைப்பார்கள். பின்னர் நெல்லின் முளையை இடித்து அரிசிக் கூழில் கலப்பார்கள். இந்தக் கூழினை இரண்டு பகலும் இரண்டு இரவும் வைப்பார்கள். கூழ் நன்றாகப் புளிப்பேறிய பின்னர் வெந்நீரில் கலந்து வேகவைப்பார்கள். வெந்த அரிசிக் கூழினை வடிகட்டி விரலால் பிழிந்து எடுப்பார்கள். இதுவே 'நறும்பிழி' எனப்பட்டது.

அகநானூறு (35) இன்னுமொரு குறிப்பினைத் தருகிறது. உடன்போக்கில் சென்றுவிட்ட தன் மகளின் நிலையைத் தாய் பின்வருமாறு எண்ணிப் பார்க்கிறாள். 'வெட்சி மறவர்களை வீழ்த்திய கரந்தை வீரர்கள் அவர்களின் ஆநிரைகளை மீட்டு வருகின்றனர். இந்த வெற்றிக்கு உதவிய நடுகல் தெய்வத்திற்குத் துடியை முழக்கி, தோப்பிக் கள்ளோடு செம்மறிக் குட்டியைப் பலி கொடுத்து வழிபட்டனர். இப்படிப்பட்ட காட்டு வழியில் என் மகள் உடன்போக்கில் சென்றுள்ளாள்' என்பதாக அப்பாடல் அமைகிறது.

வில்ஏர் வாழ்க்கை விழுத்தொடை மறவர்
வல்ஆண் பதுக்கைக் கடவுட் பேண்மார்
நடுகல் பீலி சூட்டித் துடிப்படுத்துத்
தோப்பிக் கள்ளொடு துரூஉப்பலி கொடுக்கும்
(அகம். 35: 6–9)

வீடுகளில் தயாரிக்கப்பட்ட கள்ளிற்குத் 'தோப்பிக் கள்' என்று பெயராகும் என்பதை 'இல்லடு கள்ளின் தோப்பி பருகி, மல்லல் மன்றத்து மதவிடை கெண்டி' (பெரும்பாண். 142–143) என்னும் வரிகள் மூலம் அறியலாம்.

தோப்பி நெல் என்றொரு வகையுண்டாம். இந்தத் தோப்பி அரிசியைக் கொண்டு வீடுகளில் தயாரிக்கப்பட்டது தோப்பிக் கள் என்கிறார் சசிவல்லி (1989:149).

காவிரிப் பூம்பட்டினத்தில் வாழ்ந்த பரதவர் பனங்கள்ளைப் பருகிய செய்தி நற்றிணையில் (323) 'ஓங்கித் தோன்றும் தீம்கள் பெண்ணை' என்று வருகிறது.

புறநானூற்றில் அவ்வையார் எழுதிய பாடல் (235)

சிறியகள் பெறினே, எமக்கு ஈயும் மன்னே
பெரியகள் பெறினே யாம்பாடத்
தான்மகிழ்ந்து உண்ணும் மன்னே (புறம்: 235: 1–3)

என்று விளக்குகிறது. 'கள் அடு மகளிர் வள்ளம் நுடக்கிய' (பெரும்பாண். 339) என்று பெரும்பாணாற்றுப்படை வர்ணிக்கிறது.

நற்றிணை தரும் விளக்கம் குறிஞ்சித் திணையில் வேட்டுவரின் வாழ்வியலைக் குறிப்பிடுகிறது. உடுப்பு, நுணல் (தவளை), புற்றின் ஈயல் (ஈசல்), முயல் ஆகியவற்றைப் பிடித்த வேட்டுவன் அவற்றைப் பையில் கோர்த்துக்கொண்டு வந்து குடிசையில் போட்டுவிட்டுக் கள் குடித்துச் செருக்குடன் இருந்துள்ளான்.

உடும்பு கொலீஇ வரிநுணல் அகழ்ந்து
நெடுங்கோட்டுப் புற்றத்து ஈயல் கெண்டி
எல்லுமுயல் எறிந்த வேட்டுவன், சுவல
பல்வேறு பண்டத் தொடைமறந்து, இல்லத்து
இருமடைக் கள்ளின் இன்களி செருக்கும்
(நற். 59: 1–5)

நன்கு முதிராத (புளிக்காத) இளங்கள் நாறும் படியாக இருந்தது என்பதை 'விளையா இளங்கள் நாற' என்கிறது அகநானூறு (200: 22)

வழிப்பறி செய்த பொருள்களைக் கள்ளுக்கடையில் (கள்ளுடை நியமம்) உரிய விலையாகக் கொடுத்துக் கள் வாங்கி அருந்தினர் என்கிறது பதிற்றுப்பத்து

.... புல்லிகல் படுத்துக்
கள்ளுடை நியமத்து ஒள்விலை கொடுக்கும்
(பதிற். 75: 10–11)

மான் கறிக்குப் பண்ட மாற்றாகக் கள் பெற்றனர் என்பதை 'மான் குறையொடு மதுமறுகவும்' என்கிறது பொருநராற்றுப்படை (217).

சாடியில் உள்ள கள்ளைப் பருகினால் செருக்குண்டாகும் என்பதைக் 'கலிமடைக் கள்ளின் சாடி அன்ன' என்கிறது நற்றிணைப் பாடல் (295: 7).

விழாக்கள் இல்லாத காலத்திலும்கூட உழவர்களின் உண்கலங்களில் உணவுடன் பெரிய மீனும் மணம்மிக்கக் கள்ளும் இருந்தன என்கிறது புறநானூறு

விழவின்று ஆயினும் உழவர் மண்டை
இருங்கெடிற்று மிசையொடு பூங்கள் வைகுந்து

(புறம். 384: 8-9)

சங்க காலத்தில் கள்ளை ஏற்றிக்கொண்டு சென்ற வண்டி (சாகாடு) சேற்றில் புதையும்போது அதன் சக்கரங்களின் கீழே கரும்பை அடிக்கினார்கள் என்கிறது அகநானூறு

கள்கொண்டு மறுகும் சாகாடு அளற்றுஉறின்
ஆய்கரும்பு அடுக்கும் பாய்புனல் ஊர

(அகம். 116: 2-3)

தேறல்

தேறல் என்றால் தெளிவு என்பது பொருள். நாரால் வடிகட்டிய கள் 'தேறல்' எனப்பட்டது. இதனை,

நார்பிழிக்கொண்ட வெம்கள் தேறல் (புறம். 170: 12)

எனும் அடி மூலம் உணரலாம். மேலும் இத்தேறலானது, பார்ப்பவரின் முகம் தெரியும் அளவிற்கு மிகத் தெளிந்த தேறலாக இருந்தது என்பதை

நிழல்காண் தேறல் நிறைய வாக்கி (புறம். 398: 22)

எனும் அடி புலப்படுத்துகிறது.

சங்க இலக்கியத்தில் தேறல் 38 இடங்களில் பயின்று வந்துள்ளது (மாதையன், பெ. 2019: 94). தேனின் தெளிவையும் தேறல் என்றனர். தேனை மூங்கில் அரிசியுடன் கலந்து கூழாக்கி மூங்கில் குழாய்களில் இட்டு அதனை முதிர்விப்பார்கள். நாட்கள் நகர நகர இத்தேனின் சுவை அதிகமாகும். இவ்வாறு பதனப்படுத்திச் சுவையேற்றிய மதுவே 'தேக்கள் தேறல்' எனப்பட்டது. குன்றக் குறவர்கள் இத்தகு சுவை மிகுந்த தேக்கள் தேறலைப் பருகிக் குறிஞ்சிக் கடவுளான முருகனைப் பாடி ஆடினார்கள்.

மூங்கில் குழாய்க்குள் பெய்யப் பெற்ற முற்றிய தேக்கள்ளை நிரம்ப உண்டனர். மேலும், விடியற்காலையில் உண்பதற்குரிய நெல்லால் விளைவிக்கப்பட்ட கள்ளையும் உண்டு மகிழ்ந்தனர். 'வைகறைப் பழஞ்செருக்கு' எனும் தொடர் விடியற்காலையில் குடிப்பதற்கான கள் என்பதைக் குறிக்கிறது. இதனால் நாளின் பொழுதிற்கேற்ப குடிக்கும் மது வகைகள் இருந்தன என்பதை அறிய முடிகிறது.

வேய்ப்பெயல் விளையுள் தேக்கள் தேறல்
குறைவின்று பருகி நறவு மகிழ்ந்து வைகறைப்
பழஞ்செருக் குற்றநும் அனந்தல் தீர (மலைபடு. 171–173)

தேறல் பற்றிய பல பதிவுகள் உள்ளன.

துளங்கு தசும்பு வாக்கிய பசும்பொதித் தேறல்

(மலைபடு. 463)

நிலம்புதைப் பழுனிய மட்டின் தேறல் (புறம். 120: 12)

கருங்கட் தேறல் (மலைபடு. 599)

திருந்துஅமை விளைந்த தேக்கள் தேறல் (மலைபடு. 171)

குங்குமப் பூவின் மணத்தை உடைய கள்ளின் தெளிவு 'பூக்கமழ் தேறல்' எனப்பட்டது. செல்வந்தர் மாளிகையில் பொற்கலசங்களில் இஞ்சி, குங்குமப்பூ போன்ற மணங்கமழும் பூக்களை இட்டுத் தயாரிக்கப்பட்டது. 'மணம் கமழ் தேறல்' எனும் மதுபானம் மதுரைக்காஞ்சியில் கூறப்பட்டுள்ளது. இவ்வகைக் கள் உற்பத்தியில் ஈடுபட்டவர்கள் 'தேறலர்' (சிறுபாண். 341) எனப்பட்டனர்.

நெடுநாட்கள் புளிக்க வைத்த தேறல், தேள் கொட்டினால் சுறுக்கென்று வலிப்பது போல, புளித்த தேறலின் நெடி இரத்த நாளங்களைச் சுண்டி இழுத்து மூளையை அடைந்து மயக்கத்தை உண்டாக்கும் என்பதைத் 'தேள் கடுப்பன்ன நாட்படு தேறல்' என்கிறது புறநானூறு (392: 16).

தேறல் பற்றிய பிற குறிப்புகளைக் காண்போம்.

பெறல்அருங் கலத்தில் பெட்டாங்கு உண்க என
பூக்கமழ் தேறல் வாக்குபு தரத்தர
வைகல் வைகல் கைகவி பருகி

(பொருநர். 156–158)

இலங்குஇழை மகளிர் பொலங்கலத்து ஏந்திய
மணம்கமழ் தேறல் மடுப்ப

(மதுரை. 777–778)

நெய்யுறப் பொரித்த குய்யுடை நெடுஞ்சூடு
மணிக்கலன் நிறைந்த மணநாறு தேறல்

(புறம். 394: 13–14)

தீம்பழப் பலவின் சுளைவிளை தேறல்
வீளை அம்பின் இளையரொடு மாந்தி

(அகம். 182: 3–4)

குறியிறைக் குரம்பைக் குறவர் மாக்கள்
வாங்கமைப் பழுனிய தேறல் மகிழ்ந்து

(புறம். 129: 1–2)

'எமக்கே கலங்கல் தருமே; தானே, தேறல் உண்ணும் மன்னே' எனும் அடிகள் மூலம் கலங்கல் கள்ளை மறவர்க்குக் கொடுத்துத் தேறலைத் தான் உண்டான் தலைவன் என்கிறது புறநானூறு (298: 1–2). எனவே கலங்கிய கள்ளின் தெளிவே தேறல் என்பது தெளிவாகிறது.

உதிர்ந்த மாம்பழம், வண்டுகள் சிதறிய தேன், இனிப்புடைய பலாச்சுளை ஆகியவற்றைச் சேர்த்துப் புளிக்க வைத்த கள்ளின் தெளிவு தேறல் என்கிறது குறிஞ்சிப்பாட்டு.

முழுமுதற் கொக்கின் தீங்கனி உதிர்ந்தெனப்
புள்ளெறி பிரசமொ டீண்டிப் பலவின்
நெகிழ்ந்துகு நறும்பழம் விளைந்த தேறல்
(குறிஞ்சிப்பாட்டு. 188–190)

மணமும் இனிப்பும் மிகுந்த பலவகைக் கனிகளையும் (வாழை, பலா, மா) தேனையும் சேர்த்து உருவாக்கப்பட்டது தேறல் என்கிறது அகநானூறு.

கோழ்இலை வாழைக் கோள்மிகு பெருங்குலை
ஊழ்உறு தீங்கனி உண்ணுநர்த் தடுத்த
சாரல் பலவின் சுளையொடு, ஊழ்படு
பாறை நெடுஞ்சுனை விளைந்த தேறல் (அகம். 2: 1–4)

பலாச் சுளையிலிருந்தும் தேறல் ஆக்கப்பட்டது என்கிறது அகநானூறு. 'தீம்பழப் பலவின் சுளைவிளை தேறல்' (அகம். 182: 3)

பூ அரும்புகளிலிருந்து பெறப்பட்டது பூக்கமழ் தேறல் என்றும், பூ அரும்புகளைத் தூவி மணமூட்டப்பட்டது மணம் நாறு தேறல் என்றும் சங்க இலக்கியங்கள் குறிப்பிடுகின்றன.

யவனர்கள் தம் கலங்களில் (கப்பல்) கொண்டு வந்த குளிர்ந்த மதுவைத் தேறல் என்கிறது புறநானூறு. 'யவனர் நன்கலம் தந்த தண்கமழ் தேறல்' (புறம். 56: 18)

தோப்பி

தினையிலிருந்து வார்க்கப்பட்டது தினைக் கள். பனை மரத்திலிருந்து பெறப்பட்டது பனைக் கள். தோப்பிக் கள் எவ்வாறு பெறப்பட்டது? அகநானூற்றின் மூன்று பாடல்களும் (35, 265, 348), பெரும்பாணாற்றுப் படையும் (141–142) இதனை விளக்குகின்றன.

.... முன்றில்
தேன்தேர் சுவைய திரள்அரை மாஅத்துக்
கோடைக்கு ஊழ்த்த கமழ்நறுந் தீங்கனிப்
பயிர்ப்புறுப் பலவின் எதிர்ச்சுளை அளைஇ
இறாலொடு கலந்த வண்டுமூசு அரியல்
நெடுங்கண் ஆடுஅமைப் பழுநிக் கடுந்திறல்
பாப்புக்கடுப்பு அன்ன தோப்பி (அகம். 348: 1–7)

வீட்டின் முற்றத்தில் கோடையில் பழுத்த நல்ல மணம் கமழும் மாம்பழத்துடன், பிசின் தன்மையுடைய நன்கு விளைந்த பலாச்சுளையும் சேர்த்து அவற்றைத் தேனுடன் கலந்து, வண்டுகள் மொய்க்கும் அரியலுடன் மூங்கில் குழாயில் ஊற்றி முற்ற வைப்பார்கள். 'பாம்பு கடுப்பன்ன தோப்பி' எனும் தொடர் நன்கு முதிர்ந்து விளைந்த இந்தக் கள்ளைக் குடிக்கும்போது பாம்பின் சீற்றத்தை ஒத்த வெறி ஏற்படும் என்கிறது. 'தோப்பி' என்பது நெல்லிருந்து பெறப்படுவது என்கிறார் நச்சினார்க்கினியர்.

அகநானூற்றின் 265-ஆம் பாடல் வேறொரு வர்ணனையைக் காட்டுகிறது. வலிமையான வில்லையும் கொடும் பார்வையையும் கொண்ட ஆறலைக் கள்வர்கள் கொழுத்துத் திரியும் எருதினைக் கொன்று அதன் இறைச்சியைத் தீயில் சுட்டுத் தின்பார்கள். அப்போது ஏற்படும் தாகத்தைத் தீர்ப்பதற்குத் தோப்பிக் கள்ளை மாந்தனர் எனும் குறிப்பு 'விளரூன் தின்ற வேட்கை நீங்கத், துகளற விளைந்த தோப்பி பருகி' என வருகிறது.

ஆநிரை மீட்டு வரும் கரந்தை வீரர்கள் தங்கள் நடுகல் தெய்வத்துக்குத் துடியை முழக்கி, தோப்பிக் கள்ளோடு செம்மறிக் குட்டியைப் பலி கொடுத்தனர் என்பதை அகநானூறு (35) பதிவு செய்துள்ளது.

பெரும்பாணாற்றுப்படை வேறொரு விளக்கத்தைக் குறிப்பிடுகிறது. வாட்போர் புரியும் மறவர்கள் பகைவரது காட்டில் புகுந்து பசுக்களைக் கவர்ந்து வந்து அவற்றைக் கள்ளுக்கு விலையாக்குவார்கள். பின்னர் வீடு சென்று தோப்பிக் கள்ளைப் பருகி ஆட்டுக் கிடாயை அறுத்துத் தின்று பலருடன் ஆடிப் பாடி மகிழ்வார்கள் என்பதை "இல்லடு கள்ளின் தோப்பி பருகி" (பெரும்பாண். 142-143) எனும் தொடர் குறிப்பிடுகிறது. மேலும், அவரவர் இல்லங்களிலேயே தோப்பி தயாரிக்கப் பட்டது என்பதையும் இது குறிப்பிடுகிறது.

மட்டு

மது, மட்டு இரண்டும் மது வகைகளே. என்றாலும் மது, மட்டைவிட உயர்ந்தது என்று பட்டினப்பாலை குறிப்பிடுகிறது.

பட்டுநீக்கித் துகிலுடுத்தும்
மட்டுநீக்கி மதுமகிழ்ந்தும்

(பட்டின. 107-108)

பண்டைத் தமிழர் வாழ்வில் இத்தகைய மதுபானங்கள் போதைக்கானது என்பதைவிட உடல் நலத்திற்காகவும் குடிக்கப்பட்டது என்பதைப் பல பாடல்கள் உறுதிப்படுத்துகின்றன.

திமிலேறிக் கடல் சென்று கடுங்குளிரில் மீன் பிடித்து வந்த பரதவர் வெதுப்பேற்றும் மட்டு உண்டு குரவையாடியதை

  திண்திமில் வன்பரதவர்
  வெப்புடைய மட்டுண்டு
  தண்குரவைச் சீர்தூங்குந்து   (புறம். 24: 4-6)

எனப் புறநானூறு குறிப்பிடுகிறது. குரம்பையில் வாழும் அனைவரும் மட்டினைப் பகிர்ந்துண்டனர் எனப் புறநானூற்றின் இன்னொரு பாடல் (120) கூறுகிறது.

  நிலம்புதைப் பழுனிய மட்டின் தேறல்
  புல்வேய்க் குரம்பைக் குடிதொறும் பகர்ந்து

            (புறம். 120: 12-13)

நறவு, நறா, நனை

சங்க இலக்கியத்தில் 'நறவு' எனும் சொல் 47 இடங்களில் வந்துள்ளது (மாதையன், பெ. 2019: 95). பெரிய மலைகளில் விளைந்த மூங்கில் குப்பிகளில் நிரப்பி முற்ற வைத்த நறவினைக் குறிஞ்சி மக்கள் உண்டதை

'வாங்கமை பழுனிய நறவு உண்டு' எனக் குறிப்பிடுகிறது நற்றிணை (276: 9).

தேறலையும் புளித்த கள்ளையும் உண்டதால் மக்கள் மயங்கி இன்புற்றிருந்தனர் என்பதைத் 'தேறுகள் நறவு உண்டார் மயக்கம் போல்' எனக் கலித்தொகை (147: 2) கூறுகிறது.

ஆநிரை கவர்ந்து வரும் களைப்புற்ற தலைவனின் களைப்பினைப் போக்க நறவைப் பிழியுங்கள், கடா வெட்டுங்கள், பந்தர்க்கீழ் இளமணல் பரப்புங்கள் என்று முழக்கமிடும் சூழலைப் புறநானூறு பதிவிடுகிறது.

  நறவும் தொடுமின் விடையும் வீழ்மின்
  பாசுவல் இட்ட புன்காற் பந்தர்ப்
  புனல்தரும் இளமணல் நிறையப் பெய்ம்மின்

            (புறம். 262: 1-3)

மலை வளத்தோடு இணைத்து நறவு பேசப்படுகிறது. மதுவைப் பிழிவோர் எறிந்த கோதுகளிலிருந்து மது சிதறும். அவ்வாறு சிதறும் மதுவால் நாற்புறமும் சேறாகும் வளமுடைய மலைப்பிரதேசம் எனக் கூற முற்படும்போது

  நறவுப் பிழிந்திட்ட கோதுடைச் சிதறல்
  வார்அசும்பு ஒழுகு முன்றில்
  தேர்வீசு இருக்கை, நெடியோன் குன்றே

            (புறம். 114: 4-6)

கரும்பன் எனும் தலைவனின் ஊரில் வாழும் எமக்கு நெல்லும், பொன்னும், உடல் கதகதக்க வேண்டுமளவு நறவும் கிடைக்கும் என்கிறது புறநானூறு.

கலிங்கம் அளித்திட்டு என்அரை நோக்கி	
நாரரி நறவின் நாள்மகிழ் தூங்குந்து	(புறம். 400: 13–14)
நனைக்கள்ளின் மனைக்கோசர்	
தீந்தேறல் நறவுமகிழ்ந்து	(புறம். 396: 7–8)

சங்க காலத்தில் மது வகைகள் சில நறவு, நறா, நனை என்றெல்லாம் அறியப்பட்டதைப் பின்வரும் சான்றுகள் வழி அறியலாம். சங்க இலக்கியத்தில் நறவு எனும் பதிவு 47 இடங்களில் வருகிறது (மாதையன், பெ. 2019: 95–96).

கலிங்கம் அளித்திட்டு என்அரை நோக்கி	
நாரரி நறவின் நாள்மகிழ் தூங்குந்து	(புறம். 400: 13–14)
நனைக்கள்ளின் மனைக்கோசர்	
தீந் தேறல் நறவு மகிழ்ந்து	(புறம். 396: 7–8)
நறவு மகிழ்ந்த	(மலைபடு. 172)
நறவுமகிழ் இருக்கை	(நற். 131: 7)
வாங்கமை பழுனிய நறவு	(நற். 276: 9)
நறவுமலி பாக்கம்	(குறுந். 394: 2)
நார்அரி நறவின்	(பதிற். 11: 15–16)
சூடா நறவு	(பரி. தி. 1: 56)
மடாஅ நறவு உண்டார்	(கலி. 147: 2)
நார்அரி நறவின் எருமையூரன்	(அகம். 36: 17)
வள்ளத்து நறவு வாக்குநர்	(பரி. 10: 75)
நறவுஉண் மண்டை	(அகம். 96: 1)
ஆர்கலி நறவின் அதியர் கோமான்	(புறம். 91: 3)
நறவுஉண் செவ்வாய்	(புறம். 396: 8)
வண்டுபடு நறவின் தண்டா மண்டை	(புறம். 261: 2)

நறா, நனை எனும் சொற்களும் மதுவைக் குறித்தன. 'பேர் மகிழ் செய்யும் பெருநறா' (பரி. 7: 63), 'முற்றா நறுநறா மொய் புனல் அட்டி' (பரி. 20: 52), 'வள நனையின் மட்டு என்கோ' (புறம். 396: 16), 'நனை முதிர் சாடி' (அகம். 166: 1) எனக் கள்ளைக் குறித்து வந்துள்ளது இச்சொற்கள்.

அரியல்

கோடையில் முதிர்ந்து மணங்கமழும் இனிய மாங்கனிகளுடன், பலாச்சுளையும் கலந்து, தேனையும் ஊற்றிப் புளிக்க வைத்தால் அரியல் கிடைக்கும் என்கிறது அகநானூறு,

தேன்தேர் சுவைய திரள்அரை மாஅத்துக்
கோடைக்கு ஊழ்த்த கமழ்நறுந் தீங்கனிப்
பயிர்ப்புறுப் பலவின் எதிர்ச்சுளை அளைஇ
இறாலொடு கலந்த வண்டுமூசு அரியல் (அகம். 348)

மரத்தில் பழுத்த பலாப்பழத்தில் புண்போலக் கீறி அதன் வழி வழியும் தேன் போன்றது அரியல் என்கிறது பதிற்றுப்பத்து 'பலாஅம் பழுத்த பசும்புண் அரியல்' (பதிற். 61: 1)

தேறல், அரியல் இரண்டுமே பழச்சாறுகள், தேன் ஆகியவற்றைப் புளிக்க வைக்கும் சாறு என்பதை அறியலாம்.

பெரும்பாணாற்றுப்படை அரியல் உருவாக்கும் விதம் பற்றி வேறொரு செய்முறையைக் கூறுகிறது. உலக்கை கொண்டு குற்றாத கொழியலரிசியைக் களியாக்கிப் பெறப்பட்ட கூழினை அகன்ற தட்டில் உலர வைத்து, நல்ல நெல் முளைகளை இடித்து அதனைக் கூழில் கலந்து, இரண்டு பகல் இரண்டு இரவு புளிக்க வைத்து, வெந்நீரில் வேக வைத்து நெய்யரியாலே வடிகட்டிப் பெறுவது அரியல் என்கிறது.

அவையா அரிசி அம்களித் துழவை
மலர்வாய்ப் பிழாவில் புலர வாற்றி
பாம்புறை புற்றின் குரும்பி யேய்க்கும்
பூம்புற நல்லடை யளைஇ தேம்பட
எல்லையும் இரவும் இருமுறை கழிப்பி
வல்வாய்ச் சாடியின் வழைச்சுஅற விளைந்த
வெந்நீர் அரியல் விரல்அலை நறும்பிழி
(பெரும்பாண். 275–281)

மலைகளில் வாழும் சிறுகுடிப் பெரியவர்கள் அரியல் (கள்) மாந்திக் களிப்பு மிகுந்தவராய் இருந்தனர். இது வானத்தில் இயங்கும் மேகங்களின் இடிமுழக்கம் போன்றது என்கிறது நற்றிணைப் பாடல் (156).

அரியல் ஆர்ந்தவர் ஆயினும் பெரியர்
பாடிமிழ் விடார்முகை முழங்க
ஆடுமழை இறுத்ததுஎம் கோடுயர் குன்றே (நற். 156: 8–10)

அரியல் பற்றிய குறிப்புகள் மேலும் பத்து இடங்களில் வருவதைப் பெ. மாதையன் (2019: 91) குறிப்பிடுகிறார்.

வெந்நீர் அரியல் விரல்அளை நறும்பிழி (பெரும்பாண். 281)
சேந்தன் தந்தை அரியலம் புகவு (குறுந். 258: 5)
அரியல் ஆர்க்கையர் (பதிற். 27: 5)
அரியல் இரவலர் தடுப்ப (பதிற். 40: 18–19)
அரியல் பெண்டிர் (அகம். 157: 1)
அரியல் ஆர்க்கையர் விளைமகிழ் தூங்க (அகம். 184: 14)

இறாலொடு கலந்த வண்டுமூசு அரியல் (அகம். 348: 5)
அகலடை அரியல் மாந்தி (புறம். 209: 4)
அரியல் ஆர்க்கையர் உண்டு (புறம். 391: 6)
அரியல் ஆருந்து (புறம். 395: 8)

அரியல் என்பதன் பொருண்மை நீட்சியைக் குறிக்கும் 'அரியலாட்டியர்' எனும் சொல்லாட்சி 'அரியலாட்டியர் அல்குமனை வரைப்பின் மகிழ்நொடை' (அகம். 245: 9) என இடம்பெற்றுள்ளது. மேலும், 'அரியல் பெண்டிர்' (அகம். 157: 1) எனும் சொல்லாட்சியும் காணப்படுகிறது. கள் காய்ச்சிய பெண்டிர் எனும் பொருள் இதிலுள்ளது.

வெப்பர்

சங்க காலத்தில் மது வகைக்கு வெப்பர் என்றொரு பெயரும் உண்டு.

மையிரும் பித்தை பொலியச் சூட்டிப்
புத்தகல் கொண்ட புலிக்கண் வெப்பர்
ஒன்றிரு முறைஇருந்து உண்ட பின்றை (புறம். 269: 3–5)

வீரன் ஒருவன் அதிரல் எனும் புனலிக் கொடியின் மலரைத் தலைமுடியில் சூடிக்கொண்டு, புலியன் கண் போன்ற நிறத்தையுடைய மதுவை (வெப்பர்) ஓரிரு முறை மாந்தினான். அதன் பின்னர் பசுவைக் கவர்ந்து சென்றோரிடம் போரிட்டு அதனை மீட்டான் என்கிறது புறநானூறு (269).

வேரி

சங்க கால மது வகைகளில் ஒன்று 'வேரி' (புறம். 152: 27).

வேட்டது மொழியவும் விடாஅன் வேட்டத்தில்
தான்உயிர் செகுத்த மான்நிணப் புழுக்கோடு
ஆன்உருக் கன்ன வேரியை நல்கித்
தன்மலைப் பிறந்த தாவில் நன்பொன் (புறம். 152: 24–27)

மலைநாடன் வல்வில் ஓரி வேட்டையில் கொன்ற மான் தசைப் புழுக்கையும் பசுவின் நெய்யுருக்குப் போல் மதுவையும் தன் மலையில் உண்டாகிய குற்றமில்லாத நல்ல பொன்னையும் மணிகளையும் கொல்லிப் பொருநனுக்குத் தந்தான். பாண் சமூகத்தார் தன்னை நாடி வந்தபோது வல்வில் ஓரி 'வேரி' எனும் மதுவைத் தந்து மகிழ்வித்தான் என்பதைப் புறநானூறு வழி அறிகிறோம்.

கந்தாரம்

புறநானூறு வெட்சித் திணைப் பாடல் ஒன்று (258) கந்தாரம் எனும் கள் வகையைப் பின்வருமாறு குறிப்பிடுகிறது.

முட்கால் காரை முதுபழன் ஏய்ப்பத்
தெறிப்ப விளைந்த தீங்கந் தாரம்
நிறுத்த ஆயம் தலைச்சென்று உண்டு
பச்சூன் தின்று, பைந்நிணம் பெருத்த
எச்சில் ஈர்ங்கை விற்புறம் திமிரி (புறம். 258: 1–5)

மறவர் கூட்டத்தில் ஒருவன் பகைவரின் ஆநிரை கவர்ந்து வந்தபோது வழியில் கந்தாரம் எனும் கள் விற்பவரைக் கண்டான். விலையாகப் பசுக்களைக் கொடுத்துக் கள்ளுண்டு களித்தான். ஊனுண்டும் மகிழ்ந்தான். கை கழுவவும் எண்ணாது எச்சில் கையை வில்லின் மேற்புறத்தில் துடைத்தவாறு மீண்டும் பகைப்புலம் நோக்கிப் புறப்பட்டான் என்கிறது இப்புறநானூற்றுப் பாடல். இப்பாடலின் இறுதிப் பகுதி (258: 6–10) கவனத்திற்குரியது.

ஒருமுறை உண்ணா அளவைப், பெருநிரை
ஊர்ப்புறம் நிறையத் தருகுவன்; யார்க்கும்
தொடுதல் ஓம்புமதி முதுகட் சாடி;
ஆதரக் கழுமிய துகளன்,
காய்தலும் உண்டு, அக்கள்வெய் யோனே!
(புறம். 258: 6–10)

பிறர்க்கு வார்த்தது போதும்; எஞ்சிய கள்ளை அப்படியே வைத்திருப்பாயாக. திரும்பி வரும்போது கள் வேட்கையுடன் வரக்கூடும். அதனால் புளித்த பழைய கள்ளுள்ள சாடியைப் பாதுகாத்து வைப்பாயாக என்கிறது அப்பாடல். இன்னுமொரு இடத்திலும் (தி.மா. 106: 4) கந்தாரம் பற்றிய குறிப்பு வருகிறது.

கள்ளுண்ட முறைகள்

சங்க காலத்தில் பல்வேறு தொடுகறிகளுடன் கள்ளுண்ணப் பட்டதைக் காணமுடிகிறது. அவற்றுள் சில வருமாறு:

கள்ளுடன் இறைச்சி, மீன் சேர்த்து உண்ணப்பட்டன (அகம். 265: 15–16).

கழிகளில் பிடித்த சுட்ட மீனோடு கள்ளுண்ணப்பட்டது (புறம். 29: 14–15).

துவையலும் ஆட்டிறைச்சிச் சோறும் கள்ளுடன் உண்ணப்பட்டன (புறம். 113: 1–4).

சுட்ட இறைச்சியைக் கள்ளுடன் உண்டனர் (புறம். 125: 1–4).

மானின் கொழுத்த புழுக்கப்பட்ட இறைச்சியுடன் கள்ளுண்டனர் (புறம். 152: 26–27).

கள்ளுடன் புழுக்கப்பட்ட ஆமை இறைச்சி உண்ணல் (புறம். 212: 2–5).

கள்ளுடன் ஆட்டிறைச்சித் துண்டங்களை உண்ணல் (புறம். 262: 1).

ஆட்டுக் கிடாயின் சுட்ட இறைச்சியுடன் கள்ளை மாந்தினர் (புறம். 364: 4–8).

சுட்ட சூட்டிறைச்சியுடன் கள்ளை உண்டனர் (புறம். 376: 14–16).

மட்டுடன் ஊன்துவை அடிசில் உண்டனர் (புறம். 390: 16–17).

நெய் தாளிப்புடன் பொரித்த சூட்டிறைச்சியுடன் தேறல் குடித்தனர் (புறம். 397: 13–14).

இறைச்சி (திற்றி), புழுக்கு ஆகியவற்றுடன் கள்ளுண்டனர் (பதிற். 18: 1–2).

மானிறைச்சியுடன் மது உண்டனர் (பொருநர். 215–217).

ஆட்டிறைச்சியுடன் தோப்பிக் கள் உண்டனர் (பொருநர். 142–143).

தூண்டிலால் பிடித்த வரால் மீனைச் சுட்டெடுத்துக் கள் உண்டனர் (அகம். 216: 1–5).

பின்னுரை

மது பற்றிய மானிடவியல் மதுவின் சமூகப் பண்பாட்டு அர்த்தங்களைத் தேடுகிறது. சங்க காலத்தில் பன்னிரண்டு வகையான மதுபானங்களைக் காண முடிகிறது. இந்த வகைகள் இடம், காலம், சூழல், மூலப் பொருட்களின் பன்மைத் தன்மையைக் காட்டுகிறது.

அனைத்து மதுவகைகளும் தேனிலும் தினையிலும் அரிசியிலும் பூவிலும் கனியிலும் தயாரித்தவை. பனங்கள், தென்னங்கள் இரண்டும் மரத்திலிருந்து இறக்கப்பட்டன. மற்றவை யாவும் பானையில் கலந்து, பூமியில் புதைத்து நொதிக்கச் செய்து தயாரிக்கப்பட்டவை. மது வகைகளில் சில மலர்களால் மணமூட்டப்பட்டவை.

சங்க காலத்தில் மது வகைகள் உணவின் ஒரு பகுதியாக இருந்தவை. வெற்றிக் களிப்பின்போதும் களியாட்டத்தின்போதும் மதுவை அருந்தினர். மது போதைக்கானது எனும் கருத்து பின்னாளில் உருவானது. நடுகல் வழிபாட்டிலும் திணைத் தெய்வங்களின் வழிபாட்டிலும் மது படையலாக்கப்பட்டது. அதன் தொடர்ச்சியை இன்றும் நாட்டார் சமயத்தில் காணமுடிகிறது. அறுபடாத நீண்ட நெடிய தமிழ் மரபின் தொடர்ச்சியிது. இன்றும் நாட்டார் மரபில் 'மதுக்கொடை' முக்கியப் படையலாகும். இது பண்டைய மரபின் தொடர்ச்சியாக அமைகிறது.

8

உண்கலன்கள்

சங்க காலத்தில் உணவுப் பொருள்களைச் சேகரிக்கவும், சேமித்து வைக்கவும், சமைப்பதற்கும், உண்பதற்கும் பல்வேறு புழங்கு பொருள்களைப் பயன்படுத்தியுள்ளனர். இலை, ஓலை, மூங்கில், மண் பாத்திரங்கள் முதலான சாதாரண கலன்களும், இரும்பு, வெள்ளி, செம்பு, பொன் பாத்திரங்கள் முதலான விலையுயர்ந்த கலன்களும் பயன்பாட்டில் இருந்துள்ளன.

புழங்கு பொருள்கள் பண்பாட்டின் காலக் கண்ணாடியாகவும், அதன் வளர்ச்சியைக் காட்டும் அளவு கோலாகவும் உள்ளன. அறிதிறன், தொழில்நுட்பத் திறன், உலகப் பார்வை முதலான வற்றைப் பூடகமாகக் காட்டும் தன்மையையும் இவை கொண்டுள்ளன. தொழிற் பாகுபாடுகள், வேலைப் பிரிவினை, சமூகப் படிநிலை, வாழ்வியல் வேறுபாடுகள் முதலானவற்றையும் புழங்கு பொருள்கள் காட்டுகின்றன.

சங்க காலத்தில் முப்பதுக்கும் மேற்பட்ட கைவினைக் குடிகள் இருந்துள்ளன (மணவழகன், ஆ. 2010: 31–135). கலம்செய் கோமாக்கள், கருங்கைக் கொல்லன், பொன் ஆபரணங்கள் செய்யும் கம்மியர், மணிகளில் துளையிடும் குயினர், சங்கு அறுப்போர், ஆடை நெய்வோர், கூடை முறம் கட்டுவோர், ஓவியம் வரையும் ஓவமாக்கள், அட்டிலில் உணவு சமைப்போர், வல்லோன், துணி வெளுக்கும் புலைத்தியர், தோல் பொருள்கள் செய்யும் காரோடர், மணிகள் சேகரிக்கும் ஏராளர், மனை வகுப்பார்,

மருத்துவர் எனப் பல வகையான தொழில் முறையாளர்கள் இருந்துள்ளனர். சங்க காலத்தில் இரும்பு, உலோகங்களின் பயன்பாடு வந்த பிறகு, கல் மணிகள் உற்பத்தி அதிகமான பிறகு கைவினைத் தொழில்கள் பெருகின. கைவினைகளில் தேர்ச்சியும் பெருகியது. இப்பின்னணியில் புழங்கு பொருள்களும் பெருகின. உண்கலங்களும் பலவாறாக இருந்தன.

தும்பல், தேக்கு, வாழை இலைகள்

சங்க கால மக்கள் உண்பதற்கு ஏற்றதாகப் பல்வேறு இலைகளை முடைந்தும் பதப்படுத்திக் கலன்களாக உருவாக்கியும் பயன்படுத்தியுள்ளனர். அவற்றில் முக்கியமானவை வருமாறு.

1. யாண்மகள் தன் கணவனுக்கு ஆம்பல் இலையில் திரண்ட சோற்றையும், இனிப்பு, புளிப்பு கலந்த பிரம்பின் பழத்தினைப் பெய்தும் இட்டாள்

   ஆம்பல் அகலிலை அமலை வெஞ்சோறு
   தீம்புளிப் பிரம்பின் திரள்கனி பெய்து
   விடியல் வைகறை யிடூஉ மூர (அகம். 196: 5–7)

2. நெகிழ்ந்த ஆம்பலின் அகன்ற இலையைத் தொன்னை போல் செய்து அதில் கள்ளினை ஊற்றி மாந்திய உழவர்களைக் காட்டுகிறது பின்வரும் புறப்பாடல்

   கூம்புவிடு மெய்பிணி அவிழ்ந்த ஆம்பல்
   அகலடை அரியல் மாந்தி (புறம். 209: 3–4)

3. தேக்கிலையில் உண்ணும் பழக்கம் சங்க காலத்தில் பரவலாக இருந்துள்ளது.

   வால்நிண முருக்கிய வாஅல் வெண்சோறு
   புகரரைத் தேக்கி னகலிலை மாந்தும்
   (அகம். 107: 9–10)

   சேக்குவள் கொல்லோ தானே தேக்கின்
   அகலிலை குவித்த புதல்போல் குரம்பை
   (அகம். 315: 15–16)

   தெய்வ மடையிற் றேக்கிலைக் குவைஇ
   (பெரும்பாண். 104)

4. விருந்து போன்ற முக்கியமான நிகழ்வுகளில் சங்கத் தமிழர் வாழை இலையைப் பரிகலமாக்கிக் கொண்டனர்.

   வாழை ஈர்ந்தடி வல்லிதின் வகைஇ (நற். 120: 5)

   செழுங்கோள் வாழைய கவிலைப் பகுக்கும் (புறம். 168: 13)

   மெல்லிலைப் பரப்பின் விருந்து உண்டு (அகம். 110: 12)

பனை ஓலை

பனை ஓலையை மடக்கி உட்குதிவாக்கித் திட, திரவ உணவு வகைகளை உண்ணுவதற்கு ஏற்றதாகச் செய்யப்பட்ட கலன் 'பனையோலைக் குடை' எனப்பட்டது. இந்தக் குடையைச் செய்யும் முன்னர் பனை ஓலையை வெட்டிப் பதப்படுத்தியுள்ளதை நற்றிணை பின்வருமாறு பதிவிடுகிறது.

குவளை உண்கணென் மகளோர் அன்ன
செய்போழ் வெட்டிப் பெய்தல் ஆயம்
மாலை விரிநிலவிற் பெயர்பு புறம்காண்டற்கு

(நற். 271: 8–10)

பனையோலையைப் பகற்பொழுதில் வெட்டிக் காய வைத்தால் வெய்யிலில் காய்ந்து உடைந்துவிடும் என எண்ணி மாலைப் பொழுதில் வெட்டி நிலவின் நிழலில் உலர்த்தினர் என்கிறது இந்த நற்றிணைப் பாடல்.

பனை ஓலை கொண்டு எவ்வாறெல்லாம் குடை எனக் கூடிய உண்கலன் செய்தனர் என்பதைக் காண்போம்.

ஆறு சென்மாக்கள் சோறுபொதி வெண்குடை	(அகம். 12: 11)
உட்கைச் சிறுகுடை கோலிக்கீழ் இருந்து	(குறுந். 60: 3)
வேண ருண்ட குடையோரன்னர்	(கலி. 23: 10)
இரும்பனங் குடையின்மிசையும்	(புறம். 177: 16)
வெயில்வெரிந் நிறுத்த பயிலிதழ்ப் பசுங்குடை	(அகம். 37: 10)
இரும்பனம் பசுங்குடைப் பலவுடன் பொதிந்து	(குறுந். 168: 2)

மூங்கில்

நல்ல அகலமான, தடிமனான, உள்ளீடற்ற மூங்கில் மரத்திலிருந்து ஒவ்வொரு கணுவின் கீழும் அறுத்துக் குப்பிகள் போல உருவாக்கப்பட்டன. இந்த மூங்கில் கலன்கள் பலவாறு பயன்படுத்தப்பட்டன.

முல்லைத் திணை ஆயர்கள் மூங்கில் குழாயில் இனிய புளிச்சோற்றை அடைத்து அதை இளைய எருதுகளின் கழுத்தில் கட்டி ஓட்டிச் சென்ற அழகிய காட்சி ஒன்றை அகநானூறு வர்ணிக்கிறது.

மழவிடைப் பூட்டிய குழாஅய்த் தீம்புளி
செவியடை தீரத தேக்கிலை பகுக்கும்   (அகம். 311: 10–11)

மூங்கில் குழாயில் மது வகைகளை விளையவிட்டும், தேன் சேகரித்தும், காட்டெருமைப் பாலினில் தோய்த்துத் தயிரிட்டும் உண்டனர்.

கருங்கொடி மிளகின் காய்த்துணர்ப் பசுங்கறி
திருந்தமை விளைந்த தேக்கட் தேறல்
கானிலை யெருமைக் கழைபெய் தீந்தயிர்

(மலைபடு. 521–523)

மூங்கில், உணவுப் பொருள்களை அதன் இயல்பான தன்மையுடன் பாதுகாக்கும் பண்புடையது என்பதைச் சங்க கால மக்கள் உணர்த்திருந்தனர்.

சங்க கால மக்கள் மூங்கில் குழாய்களில் நிரப்பி முற்ற வைத்த நறவினை (மதுவகை) உண்டுவிட்டு, வேங்கை மரம் வளர்ந்து நிற்கும் முற்றத்தில் நடந்த குரவைக் கூத்தினைக் கண்டு களித்துள்ளனர்.

.... பெருமலை
வாங்கமை பழுனிய நறவுண்டு
வேங்கை முன்றிற் குரவையும் கண்டே

(நற். 276: 8–10)

கைவினைக் கலன்கள்

குயவர்கள் 'கலம்செய் கோவே' என அழைக்கப்பெற்றனர். கலத்தினை வனைவதற்குத் 'திகிரி' (மலைபடு. 474) பயன் படுத்தினர். குயவர்கள் சமைத்த கலன்களைச் சூளையில் சுட்டு உருவாக்கினார்கள்.

கலம்செய் கோவே! கலம்செய் கோவே!
இருள்திணிந் தன்ன குரூஉத்திரட் பருஉப்புகை
அகலிரு விசும்பி னூன்றுஞ் சூளை
நனந்தலை மூதூர்க் கலஞ்செய் கோவே

(புறம். 228: 1–4)

தாழி

இறந்தோரை அடக்கம் செய்யும் 'தாழி'யினையும் இக்குயவர்களே செய்து கொடுத்தனர்.

கலம்செய் கோவே கலம்செய் கோவே!
....
வியன்மல ரகன்பொழி லீமத் தாழி
அகலி தாக வனைமோ

(புறம். 256: 1–6)

முதுமக்கள் தாழி எனப்பட்ட இக்கலம் பெரிய வாயகன்ற பானை போன்று இருந்தது. உயிர் நீந்த மன்னர்களையும்,

நிலக்கிழார்களையும், வசதி படைத்தவர்களையும் இத்தாழிக்குள் வைத்துப் புதைந்தனர். இதனைத்

துளங்குநீர் வியலக மாண்டினிது கழிந்த
மன்னர் மறைத்த தாழி
வன்னி மன்றத்து விளங்கிய காடே

(பதிற். 44: 21–23)

என்று பதிற்றுப்பத்து உணர்த்துகிறது.

சங்க காலத்தில் குறிஞ்சி, முல்லை, பாலை நில மக்கள் ஈசல் பிடித்து உண்டனர். அவ்வீயலைப் பிடிக்கத் 'தாழி' பயன்பட்டது என்பதை 'நெடுங்கோட்டுப் புற்றத்து ஈயல்கெண்டி' எனும் நற்றிணை *(59: 2)* அடி குறிப்பிடுகிறது.

அகல்

மண்ணால் செய்யப்பட்ட அகன்ற சட்டி 'அகல்' எனப் பட்டது. இது அக்காலத்தில் அப்பம் சுடுவதற்குப் பயன்பட்டது என்பதைக் 'கார்அகல் கூவியர் பாகொடு பிடித்த, இழைசூழ் வட்டம் பால் கலந்தவை போல்' எனும் பெரும்பாணாற்று அடிகள் *(377–378)* மூலம் அறியலாம்.

மண்டை

பாணர்கள் நிலைகுடிகளை அண்டி உணவு பெற்றுண்ணும் 'மண்டை' மண்ணாலானது. இது 'இரப்போர் கலம்', 'சென்னி' என்று அழைக்கப் பெற்றது.

பசுமீன் சொரிந்த மண்டை (குறுந். 169: 5)

பாணர் மண்டை நிறையப் பெய்ம்மார் (புறம். 115: 1)

கவிந்த மண்டை மலர்க்குநர் யாரென (புறம். 103: 3)

மேற்கூறிய பாடலடிகள் மண்டை எனும் பாத்திரம் மண்ணாலானது என்பதைக் குறிப்பிடுகின்றன. மன்னர்கள் பயன்படுத்தியதும், அவர்கள் பரிசிலர்க்கும் வீரர்களுக்கும் கொடுத்த விருந்துக்குப் பயன்பட்ட மண்டை 'பசும்பொன் மண்டை' *(புறம். 289: 6)* 'மணிசெய் மண்டை' *(அகம். 105: 5)* எனத் தங்கத்தாலும் வெள்ளியாலும் செய்யப்பட்டவையாக இருந்தன.

குழிசி

களிமண்ணால் செய்யப்பட்ட பானை போன்றது குழிசி. உட்புறம் குழிவாக இருந்தது. இது சோறு வடிப்பதற்குப் பெரிதும் பயன்பட்டது. மேலும், கஞ்சி காய்ச்சவும், பிற உணவு வகைகள் சமைப்பதற்கும் களி கிண்டவும் குழிசி பயன்பட்டது.

களிபடு குழிசிக் கல்லடுப் பேற்றி (அகம். 393: 15)

முரவுவாய்க் குழிசி முரியடுப் பேற்றி (பெரும்பாண். 99)

வெண்கோ டோன்றாக் குழிசியொடு (புறம். 257: 12)

சமைப்பதற்கு மட்டுமன்றி, முல்லை நில மக்கள் தயிரினை எடுத்துச் சென்று பண்டமாற்று செய்துவர குழிசியைப் பயன்படுத்தினர்.

தீந்தயிர் கலக்கிநுரை தெரிந்து
புகர்வாய்க் குழிசி பூஞ்சுமட் டிரீசி (பெரும்பாண். 158–159)

குடம்

செம்பு, மிடா, குடம் இம்மூன்றும் ஒலி பொருள் குறித்த சொற்கள் என்கிறார் நிலா. ஆ. உமாமகேஸ்வரி *(1995: 19)*. இப்பாத்திரம் பலாப்பழம் போல் இருந்தது என்பதை ‘முடவுமுதிர் பலவின் குடம்மருள் பெரும்பழம்’ என அகநானூறு *(352: 1)* கூறுகிறது.

ஆயர் மகளிர் கறந்த பாலினைக் குடத்தில் ஊற்றி வைத்தனர். அக்குடத்துப் பாலிலேயே பிரைத்துளி குத்தித் தயிரும் தோய்த்தனர். இதனைப் புறநானூறு ‘ஆய்மகள் வள்உகிர்த் தெறிந்து குடப்பாற் சில்லுறை போல்’ *(276: 4–5)* என்கிறது.

குடமானது ‘தசும்பு’ என்றும் கூறப்பட்டது. கோபுர விமானங்களின் உச்சியில் இருக்கும் கலசம் போன்றது என்பதால் குடத்தைத் தசும்பு என்றும் அழைத்தனர். ஆயர்கள் தயிரை எடுத்துச் செல்வதற்குத் தசும்பைப் பயன்படுத்தினார்கள்.

உணவு சமைக்கவும், தேறல் கலந்து ஊற வைக்கவும் தசும்பு, மிடா இரண்டும் பயன்பட்டதை

வளஞ்செய் வினைஞர் வல்சி நல்கத்
துளங்கு தசும்பு வாக்கிய பசும்பொதித் தேறல்
இளங்கதிர் ஞாயிற்றுக் களங்கடொறும் பெறுகுவிர்
(மலைபடு. 462–464)

என மலைபடுகடாம் குறிப்பிடுகிறது.

சாடி

கள்ளினைக் காய்ச்சுவதற்கும், அதனை நொதிக்க வைப்பதற்கும், பின்னர் பாதுகாப்பதற்கும் இச்சாடி பயன்பட்டது. பல்வேறு இலக்கியங்கள் இதனைப் பதிவு செய்துள்ளதைப் பின்வரும் சான்றுகள் வழி அறியலாம்.

நன்மரம் குழீஇய நனைமுதற் சாடி (அகம். 166: 1)

வல்வாய்ச் சாடியின் வழைச்சுற விளைந்த

(பெரும்பாண். 280)

மட்டுவாய் திறப்பவும் மைவிடை வீழ்ப்பவும் (புறம். 113: 1)

இச்சாடி கலைநயத்துடன் வடிவமைக்கப்பட்டிருந்தது என்பதைக் *'கலிமடைக் கள்ளின் சாடி அன்ன எம், இளநலம் இற்கடை ஒழிய'* எனும் நற்றிணைப் *(295: 7–8)* பாடலடிகள் மூலம் அறியலாம்.

தாலம்

தாலம், பிழா இரண்டும் இன்று தட்டு போன்று உணவு உண்பதற்குப் பயன்பட்டது எனலாம். இதனை,

நறுநெய்க் கடலை விசைப்பச் சோறட்டுப்
பெருந்தோ டாலம் பூசன் மேவர (புறம். 120: 14–15)

எனும் *புறநானூற்று* அடிகள் மூலம் அறியலாம்.

பிழா

கொழியலரிசிக் கஞ்சியை உண்பதற்கு அகன்ற வாயுடைய தட்டு பயன்பட்டது. ஏறக்குறைய தாலம் போன்ற தொரு பாண்டமே பிழா என்றழைக்கப்பட்டது.

அவையா வரிசி யங்களித் துடிவை
மலர்வாய்ப் பிழாவிற் புலர வாற்றி (பெரும்பாண். 275–276)

என இதனைப் *பெரும்பாணாற்றுப்படை* விவரிக்கிறது.

வள்ளம்

வள்ளம், வட்டில் இரண்டும் வட்ட வடிவமான கலன்களாகும். தற்காலத்தில் பயன்பாட்டில் உள்ள 'கிண்ணம்' போன்று உட்குழிந்தும் வட்டமாகவும் தட்டைவிடச் சற்று உயரமாகவும் உள்ள பாத்திரமாகும். சங்க காலத்தில் பால், தேறல் முதலான நீர்மப் பொருட்களை இந்த வள்ளத்தில் பெய்துண்டனர். இதனைப்

பால்பெய் வள்ளஞ் சால்கை பற்றி
என்பா டுண்டனை யாயின் (அகம். 219: 5–6)

சேடியல் வள்ளத்துப் பெய்த பால்சில காட்டி

(கலி. 72: 3)

கண்பொர ஒளிவிட்ட வெள்ளிய வள்ளத்தால்
தண்கமழ் நறுந்தேறல் உண்பான் முகம்போல

(கலி. 73: 3–4)

முதலான பாடலடிகள் மூலம் அறியலாம்.

மன்னர்களின் அரண்மனைகளிலும் உயர்குடிக் குடும்பங்களிலும் இவ்வள்ளம் தங்கத்தாலும் வெள்ளியாலும் செய்யப்பட்டது என்பதைப் 'பொன்செய் வள்ளத்துப் பால்கிழக் கிருப்ப' எனும் நற்றிணைப் பாடலடி *(297: 1)* வழி அறியலாம்.

உணவுப் பொருட்களைப் பாதுகாத்து வைப்பதற்கு மெழுகு பூசிய பெட்டியைப் பயன்படுத்தியுள்ளனர்.

<blockquote>
கூழுடைக் கொழுமஞ்சிகைத்
தாழுடைத் தண்பணியத்து
வாலரிசிப் பலிசிதறிப்
பாகுகுத்த பசுமெழுக்கிற்   பட்டின. 163–166)
</blockquote>

எனும் பட்டினப்பாலை வர்ணனை வழிக் காண்கிறோம்.

அறிவியல் தொழில்நுட்பம் வளராத காலகட்டம் சங்ககாலம் என நாம் மதிப்பிடுகிறோம். ஆனால் உலோகங்களாலும், மணிகளாலும் அலங்காரம் மிக்கப் பண்டப் பாத்திரங்களை அக்காலத்திலேயே செய்துள்ளனர் என்பது கருத்தூன்றிக் கவனிக்கத்தக்கது. நீரின் வெதுவெதுப்பைப் பாதுகாத்து முன்பனிக் காலத்தில் வெந்நீர் பருகும் வகையில் 'சேமச்செப்பு' ஒன்றினையும் தயாரித்துள்ளனர். இது ஒரு வியப்பான செய்தியாக உள்ளது. இதனை

<blockquote>
அற்சிர வெய்ய வெப்பத் தண்ணீர்
சேமச் செப்பிற் பெறீஇயரோ, நீயே   (குறுந். 277: 4–5)
</blockquote>

எனும் குறுந்தொகைப் பாடல் தெரிவிக்கின்றது.

பின்னுரை

உண்கலன்கள் யாவும் புழங்கு பொருள்களாகும். பொருளும் பண்பாடும் நாணயத்தின் இரு பக்கங்கள் போன்றவை. சுருக்கமாகச் சொன்னால் 'பண்பாட்டின் கண்ணாடி புழங்கு பொருள்கள்' எனலாம். பொருள்கள் பண்பாட்டைப் பிரதிபலிக்கின்றன.

சங்க காலத்தில் கைவினைகள் பெருகியிருந்தன. அவற்றின் மூலம் எண்ணற்ற கைவினைப் பொருள்களைச் செய்தனர். அவற்றில் அழகியலும் அலங்காரமும் சார்ந்தவை 'கலை' எனப் பிரிக்கலாம். தினசரி பயன்பாட்டுக்கு உகந்தவற்றைக் 'கைவினை' எனப் பகுக்கலாம் (கிளாசி, ஹென்றி 1982). சங்க காலப் புழங்கு பொருட்களில் இவ்விரண்டு வகையினங்களும் இருந்தன. எனினும் கைவினைப் பொருட்களே பெரிதும் புழங்கு பொருள்களாக விளங்கின. இவற்றில் 'குழிசி' எனும் குடம் பெரிதும் பயன்பட்டது எனலாம்.

புழங்கு பொருட்கள் எவ்வாறு செய்யப்பட்டன? என்பதை அறிதல் அதன் தொழில்நுட்பத்தை அறிதலாகும். எப்படி, எவ்வாறு பயன்பட்டன என்பதை அறிதல் புழங்கு பொருள் பண்பாட்டை அறிவதாகும். சங்க கால மக்கள் தாவரங்களைக் கொண்டும், உலோகங்களைக் கொண்டும், களிமண் கொண்டும் பொருட்களைச் செய்துள்ளனர். 'சாதி உருவாக்கம்' எனும் இயலில் நாம் கண்டவாறு சங்க காலத்தில் முப்பத்து மூன்றுக்கும் மேற்பட்ட கைவினைக் கலைஞர்கள் இருந்துள்ளதைக் காண்கிறோம். இவர்கள் எண்ணற்ற கைவினைப் பொருள்களைத் தயாரித்தனர். அவற்றில் பல புழங்கு பொருள்களாகப் பயன்பட்டன.

பின்னுரை

உணவு என்பது பண்பாட்டின் பிரதிபலிப்பு; பண்பாட்டின் உருவாக்கம். அது கடந்த காலத்திலிருந்து நிகழ்காலத்திற்கு வந்து சேர்ந்துள்ளது. அதற்கென்ற ஒரு பயணமுண்டு. வரலாற்று ரீதியில் அது கண்டு வந்துள்ள அடையாளங்கள் பண்பாட்டு வரலாற்றை அர்த்தப்படுத்துகின்றது. இன அறிவியலின் பகுதியாக அது விவாதிக்கப்பட வேண்டும். குறிஞ்சி, முல்லை, மருதம், நெய்தல், பாலை அனைத்தும் தமிழ் நிலம் என்றாலும் அவை பகுதிகளாக அமைபவை. பகுதிகளின் தொகுப்பே முழுமையாகும்.

'தமிழ்ப் பண்பாடு' என நாம் பேச விரும்புவது வரலாற்று விவாதத்தின் சாத்தியப்பாட்டைக் குறைத்து விடுகிறது. 'தமிழ்ப் பண்பாடு', 'தமிழர் உணவு' எனும் கருத்தினங்கள் தனியொரு மேலோங்கிய இலட்சியக் கருத்தியலை முன்னிறுத்துபவை. தமிழ்த் தேசம் பண்டைக் காலத்திலிருந்தே பன்மைப் பண்பாட்டுத் தேசம். அதில் உருவாக்கப்பட்டுள்ள உலகளாவியங்களை விடவும் ஐந்திணைத் தனித்துவங்கள் அதிகம். இவற்றைக் கருத்தூன்றி அணுக வேண்டும்.

பண்டைத் தமிழர்கள் திணையின் ஊடாக உணவின் அம்சங்களை வெளிப்படுத்தினார்கள். மண்ணும், அதன் வகைகளும், வண்ணங்களும், மணங்களும் தமிழர் உளவியலாக, வாழ்வியலாக அமைந்தன. திணை சார்ந்த உணவுமுறை அவர்களிடம் பாதீடு, பண்டமாற்றம், கூட்டுண்ணல்,

விருந்தோம்பல் முதலான உளவியல், வாழ்வியல் வடிவங்களாக உருப்பெற்றன.

குறிஞ்சியில் பெண்கள் ஈடுபட்ட 'சேகரித்தல்' என்பது இயற்கையை அழித்ததன்று. அது காட்டு வளத்தை அழிக்காமல் மண்டிக் கிடந்த மிகைப் பொருட்களை ஈட்டியதாகும். இலை, தழை, காய், கனி, கொட்டை, தேன், கிழங்கு என அனைத்தும் சேகரிக்கப்பட்ட பிறகும் காட்டில் அவை கொஞ்சமும் குறையாமல் பல்கிப் பெருகும் அளவில் பெண்களின் சேகரிப்பு அமைந்தது.

பருவ காலங்களுக்கு ஏற்ப இந்தச் சேகரிப்பு நடைபெற்றது. திணையின் முதற்பொருள், கருப்பொருள் இரண்டும் புலனால் அறியப்பெற்றன. இடம், காலம், உயிரினங்கள் அனைத்தும் இணைத்தறியப்பட்டன. இச்சூழலில் திணையின் உலகக் கண்ணோட்டம் தத்துவப் பொருளானது. உண்மையில் 'திணை' எனும் இலக்கிய உள்ளீடு அல்லது கருத்தினம் தொல்குடிகளின் தொன்மையான வாழ்வியல் ஞானத்தைப் பிரதிபலித்தது. முழுமை சார்ந்து சொல்ல வேண்டுமானால் தொல்குடி வாழ்வியலின் இலக்கியச் சொற்றொடரே 'திணை' என்பது.

பண்டைய தமிழரின் திணைசார் வாழ்வு முறை என்பது பண்பாட்டுச் சூழலியம் சார்ந்தது. இவற்றில் குறிஞ்சி, முல்லை, நெய்தல் ஆகிய மூன்று திணைகளின் வாழ்வு முறை இயற்கைக்கும் மனிதனுக்குமான ஆழமான உறவில் இயங்குவது. இயற்கையை ஆதிக்கம் செலுத்தாமல், அதன் வளங்களை வெறிகொண்டு கொள்ளையடிக்காமல் இயைந்தும் சார்ந்தும் வாழ்ந்த வாழ்வு முறையே திணை வாழ்வியல். இந்தப் பூவுலகம் தெய்வீகமானது, அழிப்பதற்கன்று என்ற விழுமியத்தைப் போற்றும் வாழ்வியல் இம்மூன்று திணைகளின் வாழ்வியல். பாதீடும் பண்டமாற்றமும் இந்த வாழ்வு முறையின் அடிப்படைகள். முழு உழைப்பு, கூட்டுண்ணல், பகிர்ந்தளித்தல் இவற்றின் பிற பரிமாணங்கள். உறவுமுறை சார்ந்த பொருளீட்டல் இவற்றின் ஆதாரச் சுருதி.

அடிசிலின் பன்மியமும் படிமலர்ச்சியும்

ஐந்திணைகளில் நாம் கண்ட அடிசில் முறைகளின் முக்கியமான சில அம்சங்களை இங்கு மீள்பார்வையிட்டு அவற்றின் பன்மியத்தையும் படிமலர்ச்சிப் போக்குகளையும் பரிசீலனை செய்வோம்.

இன்றைய தமிழர்கள் பரவலாக மூன்று வேளை உண்பது போலவே, சங்க கால மக்களும் மூன்று வேளை உண்டனர். அதனைச் 'சிறு சோறு' (புறம். 235), 'பெருஞ்சோறு' (அகம். 86), 'நாட்சோறு' (புறம். 379) என்றனர். இன்று அவை காலை உணவு,

மதிய உணவு, இரவு உணவு எனக் காலப் பொதுமையாக்கம் கண்டுள்ளன.

குறிஞ்சியிலும் முல்லையிலும் பல்வேறு கூல வகைகள் (தானியங்கள்) கிடைத்தன. வரகரிசி (நற். 121) தினையரிசி (மலைபடு. 169), மூங்கிலரிசி (மலைபடு. 435), ஐவன அரிசி (புறம். 159), கொள் (அகம். 37) முதலானவை பின்புல விவசாயம் மூலம் கிடைத்தன. இவற்றில் தினையரிசியால் சமைத்த சோறு 'இறடிப் பொம்மல்' (மலைபடு. 169) எனப்பட்டது. தினையில் சிறுதினை (நற். 25), கருந்தினை (நற். 108), செந்தினை (குறுந். 198) ஆகிய மூன்று வகைகள் விளைந்தன. மருதத்தில் வெண்ணெல் (குறுந். 210), செந்நெல் (அகம். 237) இரண்டும் விளைந்தன.

சங்க கால அடிசிலில் மிகவும் எளிமையானது கஞ்சியும் கூழும் ஆகும். அகநானூறு, கொள்ளுடன் பயறும் பாலும் சேர்த்துக் காய்ச்சிய கஞ்சியைக் 'கொள்ளொடு பயறு பால் விரைஇ' (அகம். 37) என்கிறது. புறநானூறு, சோற்றுக் கஞ்சியைப் 'புற்கைக் கஞ்சி' (புறம். 64) என்கிறது. 'சோறு வாக்கிய கொழுங்கஞ்சி' என்கிறது பரிபாடல் (44). கஞ்சிக்கடுத்து கூழ் ஒரு முக்கிய உணவாகும். இதனை, 'என்ஐ புற்கை' என்கிறது புறநானூறு (84). சங்க கால மக்கள் அரிசிக் களியும் உண்டனர். (பெரும். 275).

பழஞ்சோறு உண்ணும் வழக்கம் சங்க காலத்திலிருந்தே தொடர்கிறது. 'பழஞ்சோற்று அமலை' என்கிற பெரும்பாணாற்றுப்படை (224) பாடலடி மூலம் இதனைக் காண்கிறோம். இது தவிர, வெள்ளரி வெண்சோறு பற்றியும் (மலை. 465 – 469), பொங்கல் செய்தது பற்றியும் (புறம். 172), சோற்றில் வெண்ணெய் இட்டுச் சமைத்தது பற்றியும் (அகம். 394), பால் உலை இட்டுச் சமைத்தது பற்றியும் (அகம்.141) சங்க இலக்கியங்கள் குறிப்பிடுகின்றன.

உணவின் பன்மியம் இன்னும் விரிந்துகொண்டே செல்கிறது. அரிசிப்புட்டு போர் வீரர்களுக்குக் கொடுக்கப்பட்டதை மதுரைக்காஞ்சி (396) குறிப்பிடுகிறது. கடலை வறுவல் சோறு (புறம்.120), கட்டுச்சோறு (அகம். 79), நெய்ச்சோறு (புறம்.160), தோல் உழுந்துப் பொங்கல் (அகம். 86), 'அம்புளி' எனக்கூடிய தயிர்ச்சோறு (புறம். 215) முதலானவை உணவின் பன்மியப் பரிமாணங்களாகக் காட்சியளித்தன.

சமைத்த சோற்றுக்குக் காய்கறி குழம்புகளையும், இறைச்சி, மீன் குழம்புகளையும் வைத்தனர். தயிர்க் குழம்பு வைத்தது பற்றிக் குறுந்தொகை (167) குறிப்பிடுகிறது. மா, பலாக் கொட்டைகளைச் சேர்த்தும் மோர்க் குழம்பு தயாரித்துள்ளனர் (மலைபடு.174–184). இவ்வாறான இன்னும் சில குறிப்புகளைப் பார்க்கும்போது சங்க

கால மக்கள் புளிப்புச் சுவையை மிகவும் விரும்பி உண்டனர் என்பதை அறியலாம்.

சங்க கால மக்கள் பலவகையான காய்கறிகளைக் கடுகு இட்டுத் தாளித்து வெண்சோற்றோடு உண்டனர். (புறம்.127) மேலும், கருணைக் கிழங்கு வறுவல் (நற். 367) வள்ளிக் கிழங்கு வறுவல் (மலைபடு.125-128), ஆம்பல் தண்டு அவியல் (அகம். 78) முதலானவற்றையும் செய்தனர். சைவ உணவில் குப்பைக் கீரை கடைசல் (புறம். 159), மாதுளை ரசம் (பெரும்பாண். 305-307) முதலானவையும் இடம் பெற்றிருந்தன. இவற்றுடன் மாங்காய் ஊறுகாய் (முல்லை. 9), மாவடு ஊறுகாய் (பெரும்பாண்.308-310) போன்ற தொடுகறிகளும் தயாரிக்கப்பட்டன.

சங்க கால மக்கள் துவையலைத் 'துவையர்' என்றழைத்தனர். (புறம். 360) எள் துவையல் 'வெள் எள் சாந்து' (புறம். 246) எனப்பட்டது. இது கைம்பெண்களுக்கு முக்கியமான தொடுகறியாக இருந்தது. முசுண்டைத் துவையல் பற்றிய ஒரு குறிப்பையும் நெடுநல்வாடை (13) குறிப்பிடுகிறது.

சங்க காலச் சைவ உணவில் வரகு, தினை, கொள்ளு, அவரை ஆகிய இந்நான்கும் இல்லாமல் உணவில்லை என்கிறது புறநானூறு.

கருங்கால் வரகே இருங்கதிர் தினையே
சிறுகொடிக் கொள்ளே, பொறிகிளர் அவரையொடு
இந்நான் கல்லது உணாவும் இல்லை   (புறம். 335)

சங்க கால மக்கள் அசைவ உணவை மிகவும் விருப்பத்துடன் உண்டனர். வேட்டையின் மூலம் பல்வேறு விலங்கினங்களைப் பிடித்து உண்டனர். எலிக்கறி (நற். 83) முதல் யானைக் கறி (அகம். 186) வரை ஊன் அடிசில் பன்மியம் பெற்றிருந்தது. அசைவ உணவைப் பைந்தடி, ஊன், பைந்துணி என்றெல்லாம் குறிப்பிட்டனர்.

இறைச்சியில் ஆட்டிறைச்சி மிகவும் உயர்ந்ததாகக் கருதப் பட்டது. சங்க காலத்தில் வெள்ளாட்டு இறைச்சி 'மையூன்' (நற். 83; புறம். 96) என்றும், செம்மறியாட்டின் இறைச்சி 'துருவை' (அகம். 94; மலைபடு. 414) என்றும் வேறுபடுத்தப்பட்டன. கறியைத் தயிருடன் சேர்த்துச் சமைக்கும் வழக்கம் அக்காலத்திலேயே இருந்தது. (புறம். 326). இறைச்சியைக் கொண்டு குழம்பும் வறுவலும் செய்தனர். ஆட்டுக்கிடா (மதவிடை - பெரும்பாண்.143) கறியை மிகவும் விரும்பினர்.

சங்க கால அடிசிலில் எள்ளிலிருந்து பிழியப்பட்ட எண்ணெய், ஆநிரைகளிலிருந்து பெறப்பட்ட வெண்ணெய், நெய் பயன்படுத்தப்பட்டன. அக்காலத்தில் மிளகாய் இல்லை,

மிளகுதான். இதனைக் கறி, கருங்கறி என்றே அழைத்தனர். (அகம். 149). உப்பு நெல்லைவிட விலை உயர்ந்ததாக இருந்தது. சங்க காலத்தில் வெங்காயம் பயன்பாட்டில் இல்லை.

இத்தகைய பரிமாணங்களுடன் அமைந்த அடிசில் முறையில் வறுவலும் பொரியலும் முக்கிய இடம் பிடித்தன. பன்றிக்கறி வறுவல் (புறம். 379), முயல்கறி வறுவல் (புறம். 395), வாடூன் (உப்புக்கண்டம்) வறுவல் (பெரும்பாண்.99–100), கருவாட்டு வறுவல் (நற். 367), இரத்தப் பொரியல் (திருமுருகு. 218–220), இறால் வறுவல் (குறுந். 320), உடும்புப் பொரியல் (பெரும்பாண்.131–133), மான்கறி (புல்வாய்) வறுவல் (புறம். 150), கடமான், முளவு மான், ஆமான் (காட்டுப்பசு) வறுவல் (மலைபடு.175–185) முதலான வகைகளைச் சமைத்துண்டனர். நெய்யிலிட்டுப் பொரித்த இறைச்சியை 'வேவை' (மலைபடு. 168), 'வறை' (பெரும்பாண்.132), 'வாட்டு' (பெரும்பாண். 256), 'செதுக்கண்' (புறம். 261), 'குறை' (நற். 85) என்றெல்லாம் அழைத்தனர். புற்றிலிருந்து வரும் ஈயல் (ஈசல்) பிடித்துப் புளிப்பு மோரிலிட்டும் வறுத்தும் உண்டனர். (நற். 49)

மீன்களைக் குழம்பு வைத்தும், வறுத்தும், கருவாடாக உப்பிட்டு உலர்த்தியும், பிரியாணி செய்தும், (புறம். 399) உண்டனர். மீன் குழம்பைக் 'காடி' (புறம். 399) 'மோழை' (அகம். 207), 'சுவாகு' என்றெல்லாம் குறித்தனர்.

சங்க காலத்தில் பாலின் பயன்பாடு அதிகம். உணவில் பால், பழங்கள், கனிக் கலவைகள் இடம்பெற்றிருந்தன. பாலுடன் மாம்பழம் (குறுந். 201), பாலுடன் (அகம். 105) பருத்திக்கொட்டைப் பால் (அகம். 129) முதலானவற்றை விரும்பிக் குடித்தனர். பாயசம் தயாரித்து உண்டனர். (புறம். 381) தேமா சேறு பருகினர் (மலைபடு. 136–138). சுவையான மாம்பழச் சாறு என்பதையே 'தேமா சேறு' எனக் குறிப்பிட்டனர். சேறு இன்று சாறாகிவிட்டது. முக்கனிக் கலவையை விரும்பிச் சுவைத்தனர் (மதுரை 527–535). கோடை பானமாகப் பனையின் குரும்பை நீரும், கரும்பின் தீஞ்சாறும், தெங்கின் இளநீரும் பருகினர் (புறம். 24). மோர் கோடைக்கான பானமாக இருந்துள்ளது (கலி.9).

சங்க காலத்தில் பசியாறுவதற்காக உணவு உண்டாலும், இளைப்பாறுவதற்காகத் தின்பண்டங்களையும் தயாரித்துள்ளனர். இனிப்பு கலந்த தினை மாவு (நுவணை - ஐங். 285) ஒரு முக்கியத் தின்பண்டமாகும் (மலைபடு.444–445) இந்த இனிப்பு அக்காலத்தில் 'விசையம் / விசயம்' எனப்பட்டது (மலைப்படு. 444; மதுரை. 625)

சுட்ட பனங்கிழங்கு (புறம். 225), பாசவல் (அகம்.141), கரும்புடன் அவல் (பொருநர். 216), செந்நெல் இனிப்பு அடிசில் (பெரும்பாண். 473–475), காய்கனிக் கலவை (மதுரை. 527–535), தீம்

சங்ககாலத் தமிழர் உணவு

பசும்பால் (மலைபடு. 408–410), இனிப்புத் தயிர் (பெரும்பாண். 156–158), மெல்லடை (மதுரை. 625) முதலான பலகாரங்களையும் இல்லங்களில் தயாரித்துச் சுவைத்தனர்.

சங்க கால நகர வாழ்வு உணவுப் பண்டங்களை விலைக்கு விற்கும் (நொடை) சூழலை உருவாக்கியது. அங்காடி (நாளங்காடி, அல்லங்காடி), கடைத்தெரு ஆகியவை 'ஆவணவீதி', 'நியமம்' எனப்பட்டன (அகம். 227; மதுரை. 365). இங்குக் கூலம், பண்டம், பண்ணியம் முதலான அனைத்தும் விற்கப்பட்டன. கூலம் என்பது தானியங்களைக் குறிக்கிறது (மதுரை. 317). பண்டம் என்பது மிளகு, மணி, பொன், சந்தனம், முத்து, பவளம், வேளாண் விளை பொருட்கள், உணவு வகைகள் முதலானவற்றைக் குறிக்கும். புகார் நகரத்தின் கடற்துறையில் வந்து குவிந்த பொருட்களைப் பட்டினப்பாலை பட்டியலிடுகிறது. பண்ணியம் என்பது உணவு உள்ளிட்ட நேரடி நுகர்வுப் பொருட்களைக் குறிக்கிறது (மதுரை. 528–627). தின்பண்டங்களும், காய்கறி, பழங்கள், கீரை, கிழங்கு, மோதகம் (அப்பம், கொழுக்கட்டை), கடிகை (கற்கண்டு), ஊன்சோறு, வெற்றிலை, பசும்பாக்கு, சுண்ணாம்பு, பூக்கள் முதலானவற்றை வணிகர்கள் விலை கூவி விற்றனர். (மதுரை. 399–401).

சங்க இலக்கியங்கள் காட்சிப்படுத்தும் மேற்கூறிய அடிசில் முறைகளில் ஒரு படிமலர்ச்சிப் போக்கினைக் காண முடிகிறது. பச்சூன் (பச்சை இறைச்சி) உண்டது தொடங்கி, தீக்கடைக் கோலில் செருகித் தீயில் சுட்டுண்ணது ஊடாக, புழுக்குதல் (அவித்தல்), பொரித்தல் வரை ஒரு நீண்ட படிமலர்ச்சி நிகழ்ந்துள்ளது.

சங்க கால அடிசில் பன்மியம் சார்ந்தது. இந்தப் பன்மியத்திலும் படிமலர்ச்சிப் போக்கு நிகழ்ந்துள்ளது. சங்க கால உணவாதாரங்கள் எண் வகைகளில் அமைந்தது. தானியங்கள், காய்கறி, பருப்பு, பழங்கள், பால்பொருட்கள், ஊன், மது வகைகள், உபரிப் பயிர் வகைகள் என அவை விரிந்து நின்றன. அடிசில்கள் தீயிட்டுச் சுடுதல் தொடங்கி, நீரில் புழுக்குதல் (அவித்தல்), வறுத்து அவித்தல், வற்றலாக்குதல் (கருவாடு உட்பட), வாடூன் (உப்புக்கண்டம்) தயாரித்தல், நெய்யில் பொரித்தல், வேகவைத்துப் பக்குவமாக்குதல், துவையர் (துவையல்) அரைத்தல், ஊறுகாய் போடுதல் (ஊற வைத்தல்) வரை ஒரு பண்பாட்டுப் படிமலர்ச்சியினைக் காண முடிகிறது.

சங்க காலத்தில் சோற்றை வல்சி (பெரும்பாண். 255), சொன்றி (பெரும்பாண்.130), மிதவை (அகம். 86.1), அடிசில் (சிறுபாண். 242, பதிற். 45: 13), புன்கம் (புறம். 8: 10), விதவை (புறம். 326: 9–10), துழவை (பெரும்பாண். 275), கூழ் (பெரும்பாண். 175) எனப் பல்வேறு

பெயர்களால் அழைத்தனர். இவை ஒவ்வொன்றும் வெவ்வேறு வகையான சமையல் முறையைக் குறிப்பதாகும் (சண்முகம் பிள்ளை, மு. 2004: 144).

சமூக – பொருளியல் விழுமியங்கள்

குறிஞ்சியில் வேட்டையாடி உணவு சேகரித்தலும் வன்புல விவசாயமும் உணவாதாரத்தைத் தந்தன. இவ்விரண்டும் புராதன இனக்குழு வாழ்வின் வெளிப்பாடுகள். இத்தகைய வாழ்வு முறையில் 'பாதீடு' மிக முக்கியமான சமூக –பொருளியல் விழுமியமாக இருந்தது. குறிஞ்சித் திணையில் பாதீடு என்பது குடிக்குள்ளேயே நிகழ்ந்தது. இதன் மற்றொரு வெளிப்பாடாகப் பகுத்துண்ணுதல், கூட்டுண்ணுதல் இனக்குழுப் பண்பாக வெளிப்பட்டது. உழைப்பில் உறவுமுறை சார்ந்த ஒற்றுமை உணவாதாரம் ஈட்டுவதற்கு அடிப்படையாக அமைந்தது.

சங்க இலக்கியம் புராதன இனக்குழுப் பண்புகளைக் கொண்ட குறிஞ்சி சமூகத்தைக் காட்டுகிறது. இச்சமூகத்திடம் நடைமுறையில் இருந்த 'குடிமுறை பகுக்கும்' (நற். 336), 'கோள்முறை பகுக்கும்' (அகம். 89) முறையானது பாதீட்டின் ஆதி நிலையைக் குறிக்கிறது. மேலும் கூட்டுண்ணுதல் (பகுத்துண்ணுதல்) புராதன இனக்குழுவின் தலையான வாழ்வியல், பொருளியல் விழுமியமாக இருந்தது. இதனைச் சங்க இலக்கியம் 'கடறு கூட்டுண்ணும் (பொருநற். 116), 'அதர் கூட்டுண்ணும்' (அகம். 167), 'புணர் கூட்டுண்ணும்' (மதுரை. 761), 'புலம்பு கூட்டுண்ணம்' (நற்.33) முதலான சான்றுகள் வழி மிகத் தெளிவாகக் காட்டுகிறது.

இத்தகைய கூட்டுண்ணும் வாழ்வு முறையில் 'கடப்பாடுடைய ஒன்றியம்' இருந்தது. இது அக்குழுவை அதிகப்பட்ட ஒன்றியத்துடன் இயங்க வைத்தது. குழுவில் உள்ள அனைவருமே 'ஒரு குழு' என்றும், 'நாம் எனும் உணர்வு' கொண்டும், 'குடிமுறை பகுக்கும்' உணர்வு கொண்டும் செயல்பட்டனர். இத்தகைய உணர்வு சங்க இலக்கியத்தில் 'கடன்' எனும் கருத்தினமாக வெளிப்பட்டது. சங்க இலக்கியத்தில் இந்தக் கடன் எனும் கருத்தினம் ஒரு புராதன சமூக ஒழுக்கமாகச் செயல்பட்டதை ராஜ் கௌதமன் (2019:10–13) பல்வேறு சான்றுகளை ஒன்று திரட்டி விரிவாக விவாதிக்கிறார். பாண்கடன் (புறம். 201) புரவுக் கடன் (புறம். 149) அருங்கடன் (பதிற். 74:22) முதலானவற்றில் 'கடன்' என்பது ஒருவகையான கடமையை, கடப்பாட்டை, உத்திரவாதத்தை, உள்ளார்ந்த சமூக ஒப்பந்தத்தை உணர்த்துகிறது. புராதன இனக்குழுச் சமூகத்திலும் இந்தக் 'கடன்' என்பது ஒருவருக்கொருவர் பரிமாறிக் கொண்ட அசைவியக்கத்தைக் காட்டுகிறது.

குறிஞ்சியில் செயல்பட்ட இந்தக் 'கடன்' எனும் கடமையானது பாணர் வாழ்வு முறையில் பரிசில் கொடுப்பதாகவும், பகுத்துண்ணுதலாகவும் மாறியது. இது மற்ற திணைகளில் விருந்துண்ணல், வரிசையறிந்து பரிசளித்தல் என்றானது. வேந்தர் காலத்தில் வரிசையறியாமல் அறம் செய்வதாக மாறியது. வேந்தர் காலத்தில் வழங்குதல் – பெறுதல் முறையில் கடப்பாட்டு முறை (கடன்) குறைந்து உருமாறிவிட்டது. ஒரு கட்டத்தில் அது அற்றுப் போய்விட்டது. மருதத் திணையில் சங்கச் சமூகம் ஓர் உடைமைச் சமூகமாகவும், உறவுமுறை உழைப்பிலிருந்து குடி ஊழிய முறைக்கு மாறிய சமூகமாகவும் மாறியது. இத்தகைய மாற்றங்கள் உணவு முறையிலும் பிரதிபலித்தன.

கிடைத்த உணவுப் பொருட்களைத் தம்மை நாடி வந்தவர்களுக்கும் கொடுத்து உண்டார்கள். பகிர்ந்துண்ணும் இந்த இனக்குழுப் பண்பு விருந்து பேணும் வகையில் வெளிப்பட்டுள்ளது. விருந்து என்பது அடிப்படையில் பகிர்ந்துண்ணுதலின் வெளிப்பாடு. பாதீடும் கூட்டுண்ணும் முறையும் குறிஞ்சித் திணை வாழ்வின் அறமாகவும், தேர்ந்த விழுமியமாகவும் போற்றப்பட்டன.

சங்க காலத்தில் விருந்து உபசரித்தல் மிகச் சிறப்பாக இருந்ததைச் சங்க இலக்கியங்கள் உயர்வாகப் பதிவு செய்துள்ளன. உண்மையில் இனக்குழுச் சமூக அமைப்பானது சங்க காலத்திற்கும் முந்தையது. இனக்குழுச் சமூகம் உருவாக்கிய பாதீடு, பகிர்ந்துண்ணுதல் முதலான பண்புகள் இனக்குழு காலத்திலிருந்து சங்க காலத்திற்கு வந்து, அது பின்னர் சங்கம் மருவிய காலத்திலும் தொடர்ந்து வந்தது.

மணிமேகலை ஊடாக வள்ளலார் வரை கடத்தப் பட்டிருக்கிறது. பாட்டு, தொகை இரண்டிலுமாகச் சேர்த்துப் பார்த்தால் 81 இடங்களில் விருந்து எனும் சொல் காணப்படுகிறது (சதீஸ், கோ. 2016: 34).

உணவும் புழங்கு பொருளும்

பண்டைத் தமிழர்கள் மண், இரும்பு, மரம், கல், சங்கு, பளிங்கு, தந்தம், செம்பு, வெள்ளி, பொன் போன்றவற்றிலிருந்து பல்வேறு வகையான புழங்கு பொருட்களைச் செய்துள்ளனர். மண்ணால் செய்யப்பட்ட கலங்கள் 'குயம்' (பொருநர். 242; அகம். 48: 1), 'குழிசி' (பெரும்பாண். 99, 159, 366), 'சாடி' (பெரும்பாண். 280; நற். 295: 7) 'குடம்' (நற். 353: 4), 'பானை' (அகம். 274: 5) என்றெல்லாம் கூறப்பட்டன.

இதில் 'குழிசி' என்பது பல்வேறு வகைகளில் பயன்பட்டது. குழம்பின் வகைகளைக்கொண்டு சட்டியும் வகைப்படுத்தப்பட்டது.

அசைவ உணவாகிய மீன், ஆடு, கோழி, மான் போன்றன சமைப்பதற்கு ஒரு சட்டியும், மற்றவற்றைச் சமைக்க வேறு சட்டியும் பயன்பட்டன என்பதை 'மான்றடி புழுக்கிய புலவுநாறு குழிசி' (புறம். 168: 9) எனும் பாடலடியால் அறியலாம்.

கல் அடுப்பில் குழிசியை வைத்து அரிசி, சுனைநீர் இட்டுச் சோறு பொங்கியதை

புடைசூழ் தெங்கின் முப்புடைத் திரள்காய்
ஆறுசெல் வம்பலர் காய்பசி தீரச்
சோறடு குழிசி இளக விழூஉம் (பெரும்பாண். 364–366)

குழிசி தயிர் கடைவதற்கும் பயன்பட்டது. இதை

உறையமை தீந்தயிர் கலக்கி நுரைதெரிந்து
புகர்வாய்க் குழிசி பூஞ்சிமட்டு இரீஇ (பெரும்பாண். 158–159)

என்று பெரும்பாணாற்றுப்படை கூறுகிறது.

இவை தவிர தசும்பு எனும் பானையை முல்லை நில ஆயர்கள் பால், தயிர், கள் போன்றவற்றை வைப்பதற்குப் பயன்படுத்தினர் (நற்.84; புறம். 33). இப்பானைகளைச் சங்க கால மக்கள் சந்தனம் பூசி மலர் மாலைகளாலும், இஞ்சி மாலைகளாலும் அலங்கரித்தனர் (பதிற். 42).

மண்ணால் செய்யப்பட்ட அகன்ற சட்டி 'அகல்' எனப் பட்டது. இது அக்காலத்தில் அப்பம் சுடுவதற்குப் பயன்பட்டது (பெரும்பாண்.377). 'கன்னல்' எனும் மண் பாத்திரமும் பயன்பாட்டில் இருந்தது. இது 'தொகுவாய்' எனப்பட்டது. சங்க காலத்தில் இவ்வாறு மேலும் பல புழங்கு பொருட்கள் பயன்பாட்டில் இருந்தன.

முன்பனிக் காலத்தில் வெதுவெதுப்பாக வெந்நீர் குடிப்பதற்குச் 'சேமச் செப்பு' எனும் சூடுகாக்கும் கலத்தைப் பயன்படுத்தினர்.

அற்சிர வெய்ய வெப்பத் தண்ணீர்
சேமச் செப்பிற் பெறீஇயரோ, நீயே (குறுந். 277: 4–5)

கரிகாலன் அரண்மனையில் பணிப்பெண்டிர் அரசனுக்கும் அவனுடைய விருந்தினர்க்கும் பொற்கலத்தில் கள்ளை ஊற்றிக் கொடுத்ததைப் பொருநராற்றுப்படை பின்வருமாறு விவரிக்கிறது.

... பொலங்கல நிறையப் பல்கால்
வாக்குபு தரத்தர வருத்தம் வீட
ஆர வுண்டு பேரஞர் போக்கிச்
செருக்கொடு நின்ற காலை ...
(பொருநர். 86–89)

செல்வந்தர் இல்லங்களில் அன்றாடத் தேவைகளுக்குப் பொன், வெள்ளி, செம்புப் பாத்திரங்களைப் பயன்படுத்தியதையும் அறிய முடிகிறது. இத்தகைய புழங்கு பொருட்கள் பண்டுதொட்டே இருந்தன என்பதை ஆதிச்சநல்லூர் முதலிய இடங்களில் கிடைத்த புதைபொருள்கள் கூறுகின்றன.

உணவும் பண்பாடும்

புழங்கு பொருட்கள் சார்ந்த பண்பாட்டுக் கூறுகளுக்கடுத்து விலக்கு தொடர்பான சில கருத்துக்களையும் கவனிக்க வேண்டும். விருப்பத்திற்கு மாறானது விலக்கு. நிலம், பொழுது, உயிரினங்கள், உடை, வழிபாடு, உணவு என எல்லாவற்றிலும் மக்கள் விலக்கினைக் கடைப்பிடிக்கிறார்கள்.

உலக அளவில் உணவு விலக்கு கடைப்பிடிக்காத சமூகமே இல்லை எனலாம். சங்க காலத்திலும் இந்த நடைமுறை இருந்துள்ளது. குறிப்பாக, கைம்மைப் பெண்களின் வாழ்வில் உணவு விலக்கு மிகுதியாகக் கடைப்பிடிக்கப்பட்டது.

பிரிவுத் துயரால் வாடிய 'படிவ மகளிர்' (கைம்பெண்) உண்ணாது, ஒப்பனை செய்யாது வாழ்ந்த காலத்தில் கடைப்பிடித்த உணவு விலக்கு விரிவானதாகும். கணவனை இழந்த பெண்கள் என்னென்ன உணவுகளை உண்ண வேண்டும் அல்லது எவற்றையெல்லாம் உண்டார்கள் எனும் குறிப்புகள் புறநானூற்றிலும் *(62, 125, 143, 224, 237, 242, 246, 247, 253, 261, 272, 280, 326, 353)*, நற்றிணையிலும் *(272, 353)*, பிற பாட்டும் தொகையிலும் காணப்படுகின்றன.

சங்க காலத்தில் அடிப்படையான பாலின வேறுபாட்டைத் தாண்டிச் சமூக வாழ்வில் சுமங்கலி நிலை, படிவ மகளிர் நிலை இரண்டும் தெளிவான வரையறைகளுடன் வேறுபடுத்தப் பட்டிருந்தன. பாலியல் வாழ்விலிருந்து விலகிவிட்ட கைம்பெண்ணுக்குச் சமூக அறங்களும், உணவு விலக்குகளும், வாழ்வியல் கட்டுப்பாடுகளும் விதிக்கப்பட்டன. சங்க காலத்தில் ஆண் மையச் சமூகம் வீரயுகச் சமூகத்தின் விழுமியங்களால் கட்டியிருந்தது. பெண்ணுடலை அது தனிக்கவனத்துடன் அணுகியிருந்தது. அதில் உணவின் வகிபாகமும் கலந்திருந்தது.

சங்க காலம் ஒரு பொற்காலம் எனும் கற்பிதம் சிலருக்குண்டு. அது தமிழின் செவ்வியல் இலக்கியத்தின் மீதான பற்றினால் பேசப்படுவதாகும். மனித குல வரலாற்றில் எப்போதுமே பொற்காலம் என்ற ஒன்று ஏற்பட்டதேயில்லை. ஒவ்வொரு படிமலர்ச்சிக் காலகட்டமும் ஒவ்வொரு மாற்றத்தையே குறிக்கிறது. மாற்றம் ஒன்றே மாறாமல் வந்து கொண்டிருக்கிறது. இதுவரை எந்த

வகையான மாற்றமும் மனித குலத்திற்கு இலட்சிய நிலையையோ உன்னத நிலையையோ கொண்டு வரவில்லை.

சங்க காலத்தில் வறுமையும் இருந்தது. அதற்குப் பல காரணங்கள் பேசப்பட்டுள்ளன. வறியவன் (கலி. 10: 1) வறுமை (அகம். 121: 3, 123: 7, 205: 5, 337: 12; புறம். 141: 5) வறுமையர் (குறுந். 19: 1) முதலான கருத்தினங்கள் வறுமையின் வேறுபட்ட பரிமாணங்களைப் பேசுகின்றன. பஞ்சம், வறுமை (நற். 110; அகம். 129); புறம். 316–327), மழையின்மை (அகம். 291) வன்புல விவசாயத்தின் குறைவான தானிய உற்பத்தி (பெரும்பாண். 90–94) போர், ஆநிரை கவர்தல் முதலான பல்வேறு காரணங்கள் வறுமையைப் பரவலாக்கின (மாதையன், பெ. 2019: 204–223).

பின்னிணைப்பு

சங்க கால உணவு வகைகள்

உணவு வகைகள்

அப்பம் (இனிப்பு – பெரும்பாண். 377–378)
அம்புளி (தயிர்சாதம்–புறம். 215)
அரிசிக்களி (பெரும்பாண். 275)
அரிசிப் புட்டு (மதுரை. 393–396)
அவரை – அரிசிப் பொங்கல் (பதிற். 90)
அவரை – வரகு சோறு (பெரும்பாண். 192–196)
அவியல் (அகம். 78)
ஆம்பல் கிழங்கு வறுவல் (புறம். 176)
ஆட்டிறைச்சி பிரியாணி (புறம். 113)
ஆட்டுக்கறி வறுவல் (புறம். 396)
இரத்தப் பொரியல் (திருமுருகு. 218–220)
இறால் வறுவல் (குறுந். 320)
இறைச்சி நெய் அடிசில் (குறிஞ்சி. 204–207)
இனிப்புத் தயிர் (பெரும்பாண். 156–158)
உடும்புக் கறி (புறம். 326)
உடும்புப் பொரியல் (பெரும்பாண். 131–133)
உழுந்துப் பொங்கல் (அகம். 86)
ஊன்துவை அடிசில் (பதிற். 45)
எள் துவையல் (புறம். 246)
கட்டுச் சோறு (புளிச்சோறு–அகம். 79)
கடலை சோறு (புறம். 120)
கம்பங்கூழ் (புறம். 84)
கருணைக்கிழங்கு புளிக்குழம்பு (பொருநர். 114–116)
கருணைக்கிழங்கு வறுவல் (நற். 367)
கரும்பு அவல் (பொருநர். 216)
கரும்புச்சாறு (பதிற். 75)
கருவாட்டு (நெய்) வறுவல் (சிறுபாண். 163)

கலவை சோறு (புறம். 335)
கறி–கிழங்குக் கலவை (மலைபடு. 424–426)
கறிச்சோறு (பெரும்பாண். 98–100)
கனிக்கலவை (மதுரை. 527–535)
காடை (நெய்) வறுவல் (குறுந். 389)
காரப் பண்ணியம் (மதுரை. 661–663)
குப்பைக் கீரைக் கடைசல் (புறம். 159)
குய்யுடை அடிசில் (புறம். 127)
கொள்ளுக் கஞ்சி (அகம். 37)
கோடை பானம் (நுங்கு, இளநீர், கரும்புச்சாறு கலந்தது–புறம். 24)
கோழிப் பொரியல் (பெரும்பாண். 252–256)
சுட்ட இறால் (பட்டின. 63–66)
சுட்ட பனங்கிழங்கு (புறம். 225)
சுட்ட பன்றிக்கறி (மலைபடு. 244–250)
சுடுகறி (பொருநர். 105–106)
செந்நெல் அடிசில் (இனிப்புப் பொங்கல்–பெரும்பாண். 473–475)
சோற்றுக் கஞ்சி (பரி. 44)
தயிர்க் குழம்பு (குறுந்.)
திருவாதிரைக் களி (பரி. 11)
தினை–அவரை சோறு (மதுரை. 292–293)
தினை இனிப்பு (மலைபடு. 444–445)
தினை பால்சாதம் (பெரும்பாண். 165–169)
துவையர் (துவையல்–புறம். 360)
தேமா சோறு (மாம்பழமும் தேனும் கலந்தது–மலைபடு. 136–138)
தேன் அடை (பெரும்பாண். 275–278)
தேன், பலா, கிழங்குக் கலவை (புறம். 109)
தேன், பால் கலவை (அகம். 105)
தேனும் கிழங்கும் (பொருநர். 214–217)
தேனும் வரகரிசியும் (புறம். 34)
நண்டு–பீர்க்கங்காய் குழம்பு (சிறுபாண். 193–195)
நெய்கறிப் பொரியல் (மதுரை. 757–762)
நெய்ச்சோறு (புறம். 160)
பண்ணியம் (இனிப்பு–பட்டின. 203)
பருத்திப் பால் (அகம். 129)
பலா வெண்கலவை (பெரும்பாண். 354–362)
பழைய சோறு (பெரும்பாண். 224)
பன்றிக்கறி வறுவல் (புறம். 379)
பாசவல் (அவல், கரும்புச்சாறு பாகு கலவை–அகம். 237)
பாயசம் (புறம். 381)

பால் அவல் (பாலுடை அடிசில்—அகம். 141)
பால் பணியாரம் (புறம். 381)
புளிச்சோறு (சிறுபாண். 175—177)
புற்கைக் கஞ்சி (சோற்றுக் கஞ்சி—புறம். 64)
பொங்கல் (புறம். 172)
மாங்கனி, நெல்லி, இனிப்புக் கலவை (குறுந். 201)
மாங்காய் ஊறுகாய் (முல்.கலி. 9)
மாதுளை ரசம் (பெரும்பாண். 305—307)
மாவடு ஊறுகாய் (பெரும்பாண். 308—310)
மீன் குழம்பு (மலைபடு. 455—459)
மீன் பிரியாணி (புறம். 399)
மீன் பொரியல் (பட்டின. 176—178)
மீன் வறுவல் (புறம். 29)
முக்கனிக் கலவை (அகம். 2)
முசுண்டைத் துவையல் (நெடுநல். 12—14)
முயல்கறி வறுவல் (புறம். 395)
மூங்கிலரிசி—அவரை புளிச்சோறு (மலைபடு. 434—436)
மெல்லடை (அரிசி அடை—மதுரை. 625)
மோதகம் (தேங்காய், பருப்பு, வெல்லம் இனிப்பு—மதுரை. 625—628)
மோர் (முல்.கலி. 9)
மோர்க் குழம்பு (மலைபடு. 174—184)
வள்ளிக் கிழங்கு வறுவல் (மலைபடு. 125—128)
வாடூன் (உப்புக்கண்டம்—பெரும்பாண். 99—100)
வெள்ளரி வெண்சோறு (மலைபடு. 465—469)
வெள்ளாட்டு வறுவல் (மலைபடு. 440—443)
வெள்ளெலி வறுவல் (நற். 83)

மது வகைகள்

அரியல் (நற். 156)
கந்தாரம் (புறம். 258)
கள் (அகம். 284)
தேறல் (புறம். 120)
தோப்பி (அகம். 348)
நறவு (புறம். 396)
நறும்பிழி (பெரும்பாண். 281)
பிழி (புறம். 24)
மட்டம் (பதிற். 12)
மட்டு (புறம். 24)
வெப்பர் (புறம். 269)
வேரி (புறம். 152)

நெறித்துணை நூல்கள்

கிருஷ்ணமூர்த்தி, 2007. கு.வி. தமிழரும் தாவரமும். திருச்சிராப்பள்ளி: பாரதிதாசன் பல்கலைக்கழகம்.

சதீஸ், கோ., 2016. பண்டைத் தமிழ்ப் பனுவல்கள். சென்னை: என்சிபிஎச்.

சண்முகம் பிள்ளை, மு., 2004. சங்கத் தமிழர் வாழ்வியல். சென்னை: உலகத் தமிழாராய்ச்சி நிறுவனம்.

சாமிநாதன், த., 2013. சங்க காலத் தொழில்நுட்பம். தஞ்சாவூர்: அன்னம்.

சசிவல்லி, வி.சி., 1986. பண்டைத் தமிழர் தொழில்கள். சென்னை: உலகத் தமிழாராய்ச்சி நிறுவனம்.

சிவசுப்பிரமணியன், ஆ., 2016. சங்க கால உழுதொழிலின் தோற்றமும் வளர்ச்சியும். புதிய ஆராய்ச்சி. இதழ் 5: 181–197.

_____. 2009 உப்பிட்டவரை. நாகர்கோவில்: காலச்சுவடு பதிப்பகம்.

_____. 2018. பனை மரமே! பனை மரமே!. நாகர்கோவில்: காலச்சுவடு பதிப்பகம்.

_____. 2019. தமிழரின் தாவர வழக்காறுகள். சென்னை: உயிர் பதிப்பகம்.

சிவத்தம்பி, கா., 2003. பண்டைத் தமிழ்ச் சமூகம்: வரலாற்றுப் புரிதலை நோக்கி. சென்னை: மக்கள் வெளியீடு.

நமசிவாயம், சே., 1981. தமிழர் உணவு. சென்னை: உலகத் தமிழாராய்ச்சி நிறுவனம்.

ப்ரியா பாஸ்கர், பு., 2020. *சுவையான சங்க காலத் தமிழர் சமையல்.* சென்னை: கண்ணதாசன் பதிப்பகம்.

பக்தவத்சல பாரதி (ப–ர்). 2011. *தமிழர் உணவு.* நாகர்கோவில்: காலச்சுவடு பதிப்பகம்.

_________. 2011. *மானிடவியல் கோட்பாடுகள்.* புத்தாநத்தம்: அடையாளம்.

_________. 2012. *பாணர் இனவரைவியல்.* புத்தாநத்தம்: அடையாளம்.

_________. 2019 (2002). *தமிழர் மானிடவியல்.* புத்தாநத்தம்: அடையாளம்.

_________. 2020. *பண்டைத் தமிழ்ப் பண்பாடு: மானிடவியல் நோக்கில் சங்க இலக்கியம்.* புத்தாநத்தம்: அடையாளம்.

பரமசிவன், தொ., 2001. *பண்பாட்டு அசைவுகள்.* நாகர்கோவில்: காலச்சுவடு பதிப்பகம்.

பாமயன். 2019 (2012). *திணையியல் கோட்பாடுகள்.* சென்னை: தடாகம்.

பாலசுந்தரம், தி.சு., 1953. *பண்டைத் தமிழர் பொருளியல் வாழ்க்கை.* சென்னை: தென்னிந்திய சைவ சித்தாந்த நூற்பதிப்புக் கழகம்.

பாலுச்சாமி, எ., 2011. *மருதத்தில் மக்கள் வாழ்வியல்.* சென்னை: உலகத் தமிழாராய்ச்சி நிறுவனம்.

பிரபு, ஆ., 2017. *சமூகப் பண்பாட்டு நோக்கில் சங்க காலச் சிற்றூர் வாழ்வியல்.* சென்னை: சொல்லங்காடி.

பெருமாள், அ.கா., 2012. *உணவுப் பண்பாடு.* சென்னை: என்சிபிஎச்.

பெருமாள், அ.கா., & இராமச்சந்திரன், நா., (தொ–ர்). 2005. *கானலம் பெருந்துறை: தமிழ் இலக்கியத்தில் நெய்தல்.* சென்னை: தமிழினி

மணவழகன், ஆ., 2010. *பழந்தமிழர் தொழில்நுட்பம்.* சென்னை: அய்யனார் பதிப்பகம்.

மணி, ஆ., (தொ–ர்). 2019. *தமிழர் உணவுகள்.* புதுச்சேரி: தமிழன்னை ஆய்வகம்.

மாதையன், பெ., 2010. *சங்க இலக்கியத்தில் வேளாண் சமுதாயம்.* சென்னை: பாவை பப்ளிகேஷன்ஸ்.

_________. 2019. *சங்க காலம்: உணவும் சமுதாய மாற்றமும்.* சென்னை: பாவை பப்ளிகேஷன்ஸ்.

முகில். 2019 (2015). *உணவு சரித்திரம் (2 தொகுதிகள்)*. சென்னை: சிக்ஸ்த்சென்ஸ்.

முத்தையா, ஒ., (ப-ர்). 2016. *தமிழர் உணவியல்*. திண்டுக்கல்: ஓவியா பதிப்பகம்.

ராஜ் கௌதமன், 2006. *பாட்டும் தொகையும் தொல்காப்பியமும் தமிழ்ச் சமூக உருவாக்கமும்*. சென்னை: தமிழினி.

_______. 2019. *பழந்தமிழ் அகவல் பாடல்களில் பரிமாற்றங்கள்*. சென்னை: என்சிபிஎச்.

வெள்ளைவாரனார், க., 2007. *சங்க காலத் தமிழ் மக்கள்*. திருச்சிராப்பள்ளி: பானு பதிப்பகம்.

ஹாரிஸ், மார்வின் (தமிழில் கோபால் ராவ்). 2005–2006. *பசுக்கள், பன்றிகள், போர்கள், சூனியக்காரிகள் ஆகிய கலாச்சாரப் புதிர்கள்* (பாகம் 1,2). சென்னை: எனி இந்தியன் பதிப்பகம்.

ஸ்டீபன், ஞா., 2016. சங்க இலக்கியத்தில் உணவு உற்பத்தியும் பரிமாற்ற உறவுகளும். *புதிய ஆராய்ச்சி*, இதழ் 5: 150–180.

ஜேன் டி அல்மெய்டா, ஜெ., 2013. தூத்துக்குடி–இராமேஸ்வரம் சங்குளித் தொழிலாளர்களின் கூலி உயர்வுக் கோரிக்கைகளும் பிரிட்டிஷ் அரசின் நிலைப்பாடும். *சமூக விஞ்ஞானம்*. 10, 38: 35–38.

Bharathi, Bhakthavatsala, S., 2017. Tamil Food Culture: Some Conceptual Paradigms. *PILC Journal of Dravidic Studies*. Vol. 1,1:13-21.

Douglas, Mary. 1966. *Purity and Danger: An Analysis of the Concepts of Pollution and Taboo.* London: Routledge and Kegan Paul.

_______. 1970. *Natural Symbols.* New York: Vintage Books.

Ferro-Luzzi, G.E., 1973. Food Avoidance of Pregnant Women in Tamilnad. *Ecology of Food and Nutrition* 2, 4: 259-266.

________.1977. Ritual as Language: The case of South Indian Food Offerings. *Current Anthropology* 18,3: 507-14.

________. 1974. Women's Pollution Periods in Tamil Nadu. *Anthropos* 69: 113-61.

________.1977. The Logic of South Indian Food Offerings. *Anthropos* 72 3/4: 529-555.

Harris, Marvin. 1985. Good to Eat: Riddles of Food and Culture. New York: Simon and Schuster.

Khare, R.S., 1992. *The Eternal Food*. Delhi: Sri Satgun Publications (Originally published by State University of New York).

Levi-Strauss, Claude. 1963. *Structural Anthropology*. New York: Basic Books.

———.1966. The Culinary Triangle. *New Society* 166: 937- 940.

———. 1969. *The Raw and the Cooked*. London: Jonathan Cape.

Lehrer, Ad rienne. 1969. Cooking Vocabularies and the Culinary Triangle of Levi-strauss. *Anthropological Linguistics* 14: 155-171.

Leach, E.R. 1976. *Culture and Communication: The Logic by which Symbols are Connected-An Introduction to the Use of Structuralist Analysis in Social Anthropology*. Cambridge: Cambridge University Press.

Mauss, M., 1990 (1924). *The Gift: Forms and Functions of Exchange in Archaic Societies* (Trans. W.D. Halls). London: Routledge and Kegan Paul.

Moreno, Manuel. 1992. *Pancamirtam: Gods Washings as Food*. In R.S. Khare (1992), pp. 147-178.

Prakash, Om. 1961. *Food and Drinks in Ancient India*. Delhi: Munshiram Manoharlal.

Ramanujan, A.K. 1992. Food for Thought: Toward an Anthology of Hindu Food-Images. In *The Eternal Food* ed. by R.S. Khare, pp. 221. Delhi: Sri Satgun Publications (Originally published by State University of New York).

Ratnagar, Sherene. 2004. *The Other Indians: Essays on Pastoralists and Prehistoric Tribal People*. Gurgoan: Three Essays Collective.

Regelson, Stanley. 1972. *Some Aspeets of Food Behaviour in a South Indian Village*. Ph.D. Dissertation, Columbia University.

Sahlins, Marshal. 1972. *Stone Age Economics*. Chicago: Aldine.

Sehrire, C., 1984. *Past and Present in Hunter-gatherer Studies*. Orlando: Academic Press.

Selvakumar, V., 2000. Investigations into the Iron-Age-Early Historic Cultures of the Upper Gundar Basin, Madurai District, Tamil Nadu, India. *South Asian Studies* 16:119-132.

கலைச்சொற்கள்

அமைப்பியம்	–	Structuralism
இடைக் கற்காலம்	–	Mesolithic period
இடைவினையம்	–	Interactionism
இயல்நிகழ்வுவாதம்	–	Phenomenology
இயல்பு உணவு / மீவியல் உணவு	–	Non-liminal / liminal food
இருத்தலியம்	–	Existentialism
இன அறிவியல்	–	Ethnoscience
இனக்குழுத்தன்மை	–	Tribalism
இனம் சார்ந்த கட்டமைப்பு	–	Ethnostructural
உணவு தேடி அலைதல்	–	Foraging
உணவு முக்கோணம்	–	Culinary triangle
உணவு விலக்கு	–	Food taboo
உறவுமுறை சார்ந்த உற்பத்தி	–	Kin-based production
எதிர்ப்பொருள்	–	Anti-thesis
எதிரிணை	–	Binary opposition
ஒருபடித்தானமுறை	–	Homogenous system
கலப்புப் பொருளாதாரம்	–	Mixed economy
குடிஊழிய முறை	–	Jajmani system
கூட்டுப் பொருள்	–	Synthesis

சகோதரர்கள் பல கணவர் முறை	–	Adelphic polyandry
சமூகச் சமத்துவம்	–	Egalitarianism
சமூகத்தின் தகவமைப்பு முறை	–	Adaptive system
சூழல் நிர்ணயவாதம்	–	Ecological determinism
செயற்பாட்டியம்	–	Functionalism
நீர்ப்பாசன வேளாண் நாகரிகம்	–	Hydraulic civilization
படிமலர்ச்சி	–	Evolution
பண்பாட்டுச் சூழலியல்	–	Cultural ecology
பரிமாற்றம்	–	Reciprocity
பிழைப்பாதாரப் பொருளாதாரம்	–	Subsistence economy
பெண் குழந்தைக் கொலை	–	Female infanticide
பெண் சுயாட்சி	–	Female autonomy
பொருள்	–	Thesis
பொருளாதார நிர்ணயவாதம்	–	Economic determinism
மறுபங்கீடு	–	Redistribution
மானுட வாய்ப்புவாதம்	–	Human possibilism
மீவியல் உணவு	–	Liminal food
முழுமை சார்ந்தது	–	Holism
வம்ச வரலாறு சொல்பவர்	–	Genealogist
வளைதடி	–	Boomarang
வீரயுகம்	–	Heroic age
வேட்டையாடி உணவு சேகரித்தல்	–	Hunting and gathering
வேலைப் பகிர்வு	–	Division of labour
வேளாண் நாகரிகம்	–	Hydraulic civilization

காலச்சுவடு வெளியீடுகள்

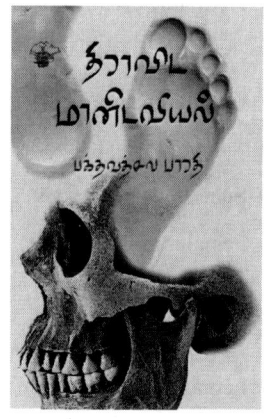

திராவிட மானிடவியல்
(மானிடவியல் ஆய்வு)
ரூ. 325

தமிழர் உணவு
(உணவு பற்றிய கட்டுரைகள்)
ரூ. 490

கி.ரா.வின் கரிசல் பயணம்
(கட்டுரைகள்)
ரூ. 320